భ్రమరాల భండారం!

డేవిడ్ ఇ. మెక్‌అడమ్స్

కాపీరైట్ © 2025 లైఫ్ ఈజ్ ఎ స్టోరీ ప్రాబ్లమ్ ఎల్ఎల్సి. అన్ని హక్కులు అన్వయించబడినవి. ఈ పుస్తకంలోని ఏ భాగాన్నైనా హక్కుదారుడి స్పష్టమైన లిఖిత అనుమతి లేకుండా ప్రతిరూపించరాదు, నిల్వ చేయరాదు, లేదా ఏ రూపంలోనైనా/ఏ విధానంలోనైనా పంపించరాదు.

డేవిడ్ ఈ. మెకాడమ్స్ రాసిన ఇతర పుస్తకాలు

పారెట్ రంగులు — పారెట్ రంగులు పుస్తకంతో, పిల్లలు ప్రకృతి యొక్క ప్రకాశవంతమైన రంగుల యాత్రలో అడుగుపెట్టి, రంగుల పేర్లను ఆనందంతో, మునిగి నేర్చుకుంటారు.

నేనొక రాక్షసుడు ఉంటే — చిన్న పిల్లల చుట్టూ వారిని ప్రేమించే, వారితో ఆడుకునే మనుషులు ఉంటారు. ఈ అందమైన చిత్ర పుస్తకంలో, ఆ ప్రేమను చూపడానికి రాక్షసులు ప్రతీకలుగా వస్తారు.

డేవిడ్ ఈ. మెకాడమ్స్ రాసిన పుస్తకాల తాజా జాబితా కోసం, చూడండి https://lifeisastoryproblem.tripod.com/aauthor/telugu.html.

విషయ సూచిక

భ్రమరాన్ని ఎలా చేద్దాం: ఒక ప్రాయోగిక మార్గదర్శిని 1
   1) గోడను అనుసరించే నియమం (కుడిచేయి/ఎడమచేయి నియమం) ఎలా పనిచేస్తుంది: 1
   2) ముందే చూసి ప్రణాళిక చేయడం ఎలా పనిచేస్తుంది: 1
   3) నిష్క్రమణ నుంచి వెనక్కి పని చేయడం ఎలా పనిచేస్తుంది: 1
   4) కాగితం భ్రమరాల కోసం పెన్సిల్‌ను పలుచగా వాడడం ఎలా పనిచేస్తుంది: 2
   5) 'బ్రెడ్‌క్రంబ్స్' వదలడం (వాస్తవ భ్రమరాల్లో) ఎలా పనిచేస్తుంది: 2
   6) ⬜⬜ఎండ్ ఫిల్లింగ్ (అల్గోరిథమ్ పద్ధతి) ఎలా పనిచేస్తుంది: 2
   7) పటం గీయడం (క్లిష్ట భ్రమరాల కోసం) ఎలా పనిచేస్తుంది: 2
అదనపు సూచనలు 3
9×12 సులభ చదరపు భ్రమరాలు 4
12×15 సులభ చదరపు భ్రమరాలు 9
12×15 మాధ్యమ చదరపు భ్రమరాలు 14
20×24 మాధ్యమ చదరపు భ్రమరాలు 19
20×24 మాధ్యమ చదరపు భ్రమరాలు 24
30×37 కఠిన చదరపు భ్రమరాలు 29
9×12 సులభ త్రిభుజ భ్రమరాలు 34
12×15 సులభ త్రిభుజ భ్రమరాలు 39
12×15 మాధ్యమ త్రిభుజ భ్రమరాలు 44
20×24 మాధ్యమ త్రిభుజ భ్రమరాలు 49
20×24 కఠిన త్రిభుజ భ్రమరాలు 54
30×37 కఠిన త్రిభుజ భ్రమరాలు 59
12×19 సులభ షట్కోణ భ్రమరాలు 64
15×23 సులభ షట్కోణ భ్రమరాలు 69
15×23 మాధ్యమ షట్కోణ భ్రమరాలు 74
24×39 మాధ్యమ షట్కోణ భ్రమరాలు 79
24×39 కఠిన షట్కోణ భ్రమరాలు 84
37×59 కఠిన షట్కోణ భ్రమరాలు 89
9×12 సులభ వజ్రాకృతి భ్రమరాలు 94
12×15 సులభ వజ్రాకృతి భ్రమరాలు 99
12×15 మాధ్యమ వజ్రాకృతి భ్రమరాలు 104
20×24 మాధ్యమ వజ్రాకృతి భ్రమరాలు 109
20×24 కఠిన వజ్రాకృతి భ్రమరాలు 114
30×37 కఠిన వజ్రాకృతి భ్రమరాలు 119
9×12 సులభ స్నబ్ స్క్వేర్ భ్రమరాలు 124
12×15 సులభ స్నబ్ స్క్వేర్ భ్రమరాలు 129
12×15 మాధ్యమ స్నబ్ స్క్వేర్ భ్రమరాలు 134
20×24 మాధ్యమ స్నబ్ స్క్వేర్ భ్రమరాలు 139

20×24 కఠిన స్నబ్ స్క్వేర్ భ్రమరాలు	144
30×37 కఠిన స్నబ్ స్క్వేర్ భ్రమరాలు	149
9×12 సులభ స్నబ్ స్క్వేర్ 2 భ్రమరాలు	154
9×12 సులభ కైరో భ్రమరాలు	159
12×15 సులభ కైరో భ్రమరాలు	164
13×16 సులభ కైరో భ్రమరాలు	169
13×15 మాధ్యమ కైరో భ్రమరాలు	174
20×24 మాధ్యమ కైరో భ్రమరాలు	179
20×24 కఠిన కైరో భ్రమరాలు	184
30×37 కఠిన కైరో భ్రమరాలు	189
20×20 కఠిన వృత్తాకార భ్రమరాలు	194
25×25 కఠిన వృత్తాకార భ్రమరాలు	199
30×30 కఠిన వృత్తాకార భ్రమరాలు	204
35×35 కఠిన వృత్తాకార భ్రమరాలు	209
9×12 సులభ చదర-త్రిభుజ భ్రమరాలు	215
12×15 సులభ చదర-త్రిభుజ భ్రమరాలు	220
12×15 మాధ్యమ చదర-త్రిభుజ భ్రమరాలు	225
20×24 మాధ్యమ చదర-త్రిభుజ భ్రమరాలు	230
20×24 కఠిన చదర-త్రిభుజ భ్రమరాలు	235
30×37 కఠిన చదర-త్రిభుజ భ్రమరాలు	240
పరిష్కారాలు	245

భ్రమరాన్ని ఎలా చేద్దాం: ఒక ప్రాయోగిక మార్గదర్శిని

భ్రమరాలు (ల్యాబిరింత్‌లు) అనేవి దారులు, మూసుకుపోయిన చివరలు కలిగిన పజిల్‌లు. కాగితం మీదనా, పెరటిలోని హెజ్-మేజ్‌లోనా, డిజిటల్ ల్యాబిరింత్‌లోనా—లక్ష్యం ఒక్కటే: ప్రవేశద్వారం నుంచి నిష్క్రమణ వరకు సరైన మార్గాన్ని కనుక్కోవడం. ప్రయత్నించడానికి ఇవి కొంత ఉపయోగకరమైన వ్యూహాలు:

1) గోడను అనుసరించే నియమం (కుడిచేయి/ఎడమచేయి నియమం) ఎలా పనిచేస్తుంది:

- ప్రవేశద్వారం దగ్గర ఒక చేతిని (కుడి లేదా ఎడమ) గోడపై ఉంచు.
- నడుస్తుండగా ఆ చేతి ఎప్పుడూ గోడను తాకుతూ ఉండాలి.
- గోడ తిరిగినప్పుడు నువ్వూ అదేలా మలుపు తిప్పు.

ఎప్పుడు ఉపయోగించాలి:

- దీవుల్లా వేరుచేసిన భాగాలు లేని, ఒకే భాగంగా కలిసిన భ్రమరాల్లో బాగా పనిచేస్తుంది.
- బయటి గోడలతో కట్టుబడి లేని “తేలియాడే గోడలు/దీవి భాగాలు” ఉన్న భ్రమరాల్లో ఫలితం ఇవ్వకపోవచ్చు.

లాభాలు: సులభం; గుర్తుంచుకోవాల్సిన పనిలేదు, పటం అవసరం లేదు.
ప్రతికూలాలు: సరైన మార్గం బయట గోడల నుండి చాలా దూరమైతే ఎక్కువ సమయం పడుతుంది.

2) ముందే చూసి ప్రణాళిక చేయడం ఎలా పనిచేస్తుంది:

- అడుగు వేయకముందే ముందున్న దారులను పరిశీలించి మూసుకుపోయే చోట్లను గుర్తించు.
- ఏ దారులు తిరిగి వస్తాయో, ఏవి ముందుకు తీసుకెళ్తాయో దృశ్య సంకేతాలతో అంచనా వేయి.

ఎప్పుడు ఉపయోగించాలి:

- కాగితం భ్రమరాలు లేదా స్పష్టంగా కనిపించే భ్రమరాల్లో ఉపయోగకరం.

లాభాలు: వెనక్కి మళ్లడాన్ని తగ్గించుకొని వేగంగా ముందుకు వెళ్లవచ్చు.
ప్రతికూలాలు: శ్రద్ధగా గమనించడం, కొన్నిసార్లు ప్రయత్నం-తప్పిదం అవసరం.

3) నిష్క్రమణ నుంచి వెనక్కి పని చేయడం ఎలా పనిచేస్తుంది:

- ఎగ్జిట్ నుండి మొదలుపెట్టి దారిని మొదటివైపు వెతుకు.
- దీంతో సరైన మార్గాన్ని గుర్తించడం కొన్నిసార్లు సులభమవుతుంది.

ఎప్పుడు ఉపయోగించాలి:

- మొత్తం భ్రమరం స్పష్టంగా కనిపిస్తే మాత్రమే.
లాభాలు: ఎగ్జిట్ వైపు ఎంపికలు తక్కువగా ఉండవచ్చు; ట్రేస్ చేయడం సులువు.
ప్రతికూలాలు: వాస్తవ భ్రమరాల్లో ఎప్పుడూ అనుమతి ఉండదు; కనిపించకపోవచ్చు.

4) కాగితం భ్రమరాల కోసం పెన్సిల్‌ను పలుచగా వాడడం ఎలా పనిచేస్తుంది:

- నడిచే దారిని సన్నగా పెన్సిల్తో గీయి; తప్పులు అయితే ఎరేస్ చేయగలవు.
- మూసుకుపోయిన చివరలను గుర్తు పెట్టి మళ్లీ వెళ్లకుండా చిహ్నం పెట్టు.
ఎప్పుడు ఉపయోగించాలి:
- ముద్రించిన/చితారించిన భ్రమరాల్లో.
లాభాలు: ఇప్పటికే పరిశీలించిన దారులు ఏమిటో ట్రాక్ చేయగలవు.
ప్రతికూలాలు: ఓర్పు, ఏకాగ్రత అవసరం.

5) 'బ్రెడ్‌క్రంబ్స్' వదలడం (వాస్తవ భ్రమరాల్లో) ఎలా పనిచేస్తుంది:

- కూడళ్ళ వద్ద చిన్న గుర్తులు (నాణెం, రాయి లాంటి) వదలడం.
- తిరుగుతూ వలయంలో పాడవకుండా ప్రయత్నించిన దారులను గుర్తించు.
ఎప్పుడు ఉపయోగించాలి:
- కార్న్ మేజ్‌లు, ఎస్కేప్ రూమ్‌లు వంటి నిజ జీవిత అనుభవాల్లో.
లాభాలు: తిరిగి-తిరిగి అదే దారిలోరవకుండా సహాయపడుతుంది.
ప్రతికూలాలు: ప్రతి చోటా అనుమతించరాదు; సాధ్యం కాకపోవచ్చు.

6) డెడ్-ఎండ్ ఫిల్లింగ్ (అల్గోరిథమ్ పద్ధతి) ఎలా పనిచేస్తుంది:

- ముందుగా అన్ని మూసుకుపోయిన చివరలను గుర్తించు/మార్క్ చేయు.
- అవి దారితీసే దారులను వెనుకకు వెనుకకు తొలగిస్తూ పోవు.
ఎప్పుడు ఉపయోగించాలి:
- మొత్తం ఆకృతి కనిపించే కాగితం/డిజిటల్ భ్రమరాల్లో.
లాభాలు: చివరికి సరైన మార్గం మాత్రమే మిగిలేలా చేస్తుంది.
ప్రతికూలాలు: భ్రమరం పెద్దదైతే సమయం పడుతుంది.

7) పటం గీయడం (క్లిష్ట భ్రమరాల కోసం) ఎలా పనిచేస్తుంది:

- నువ్వు అన్వేషించిన దారులను మినీ-మ్యాప్‌గా గీకు.
- శాఖలు, లూపులు, కూడళ్ళను గుర్తులతో చూపు.
ఎప్పుడు ఉపయోగించాలి:

- అనేక లూపులు ఉన్న క్లిష్ట భ్రమరాల్లో లేదా చాలా సేపు విరామాలతో పరిష్కరిస్తున్నప్పుడు.
  లాభాలు: రికార్డు ఉంటుంది; చాలా ప్రభావవంతం.
  ప్రతికూలాలు: సమయం, కృషి అవసరం.

అదనపు సూచనలు

- **శాంతంగా ఉండు:** తారుమారు కావడం కూడా అనుభవం లో భాగమే.
- **ల్యాండ్‌మార్క్‌లను గమనించు:** నిజ జీవిత భ్రమరాల్లో ప్రత్యేకమైన గుర్తులు/వస్తువులను గుర్తుపెట్టుకో.
- **నిర్ణయాలను ట్రాక్ చేయు:** ఎడమ/కుడి మలుపులను మానసికంగా లేదా చిన్న గుర్తులతో నోటు చేసుకో.
- **లక్ష్యాన్ని తెలుసుకో:** నీ గమ్యం కేంద్ర భాగమా, బయటకు నిష్క్రమణా, లేక దాగి ఉన్న వస్తువా—ముందుగానే స్పష్టంగా చేసుకో.

9×12 సులభ చదరపు భ్రమరాలు

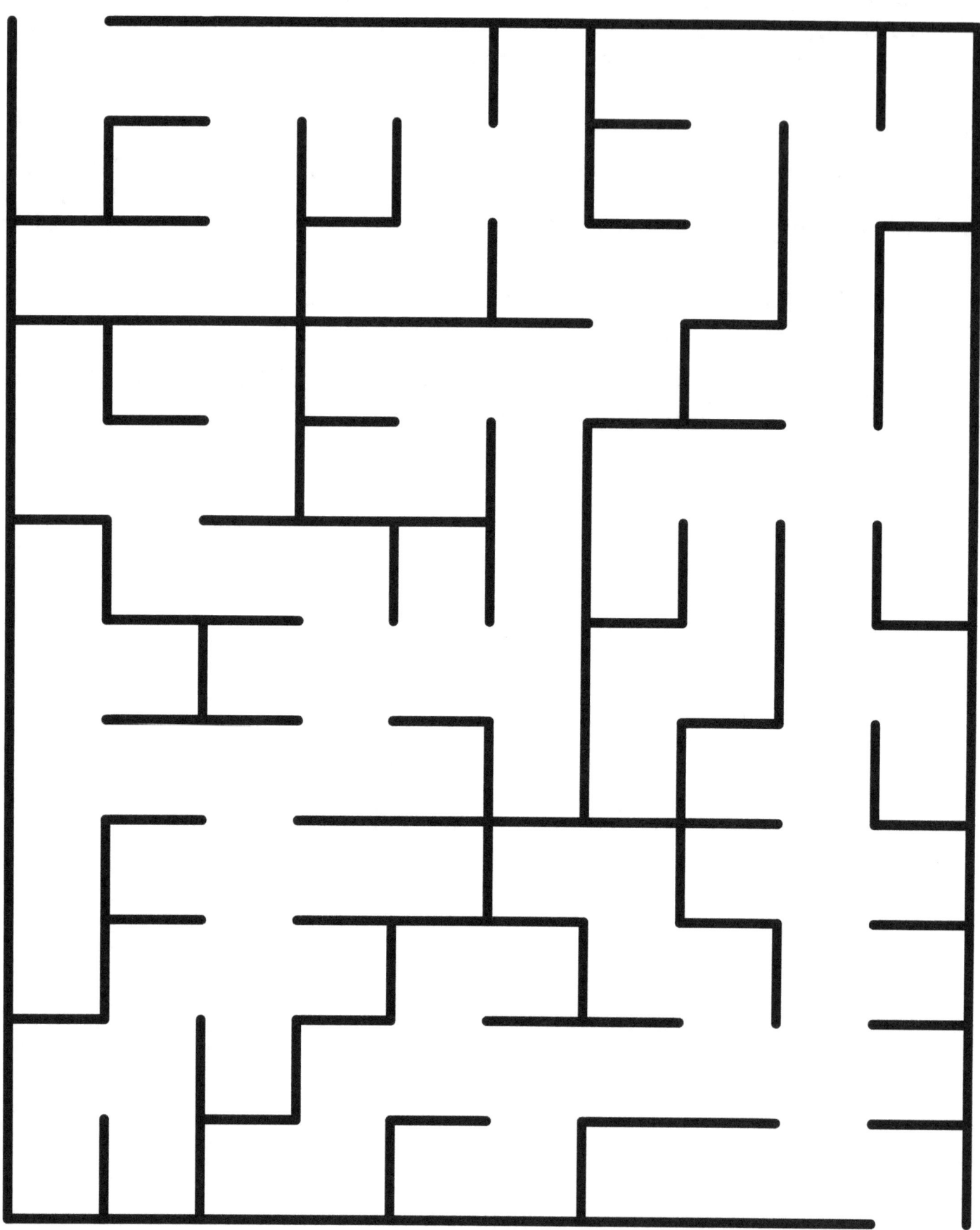

భ్రమరాల భండారం!

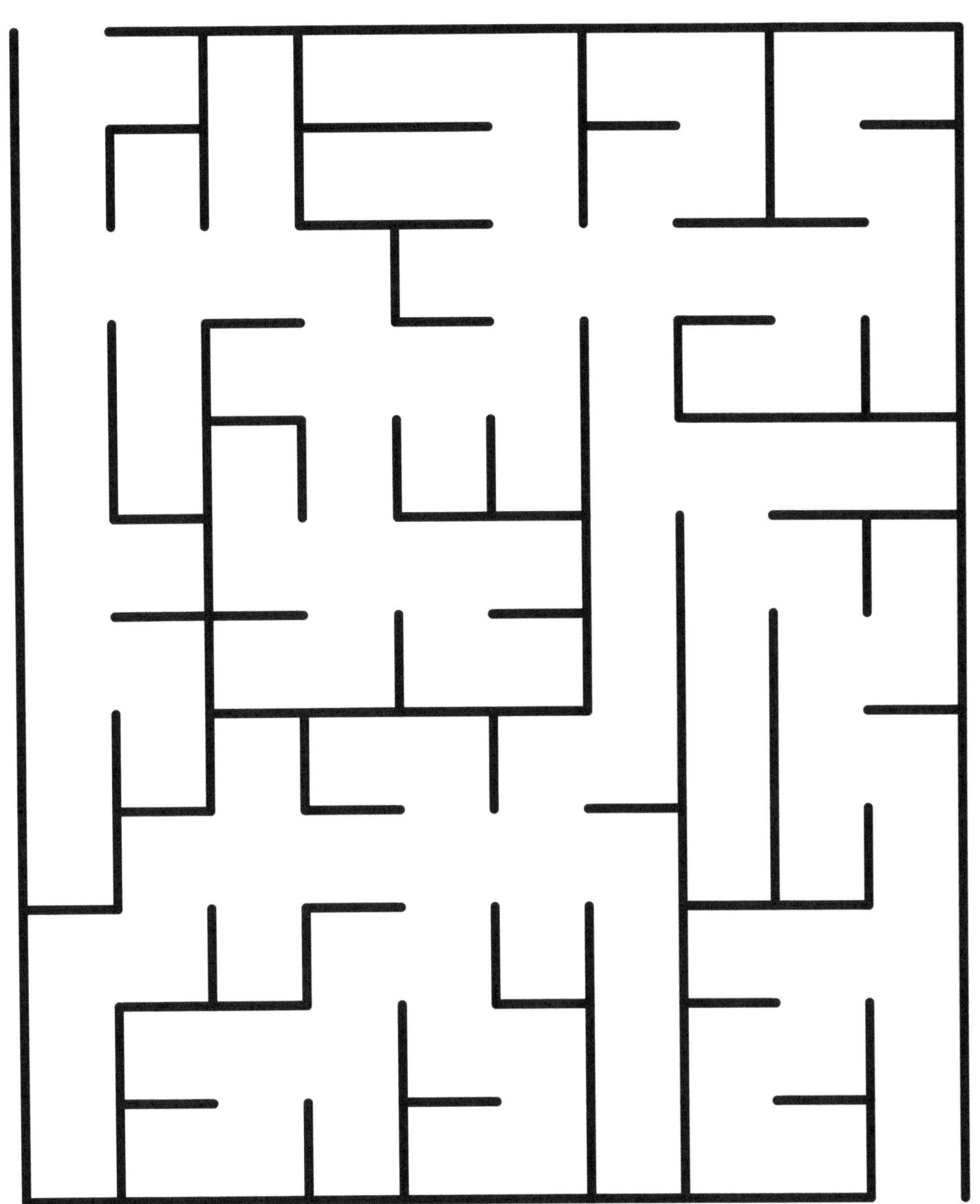

భ్రమరాల భండారం!

భమరాల భండారం!

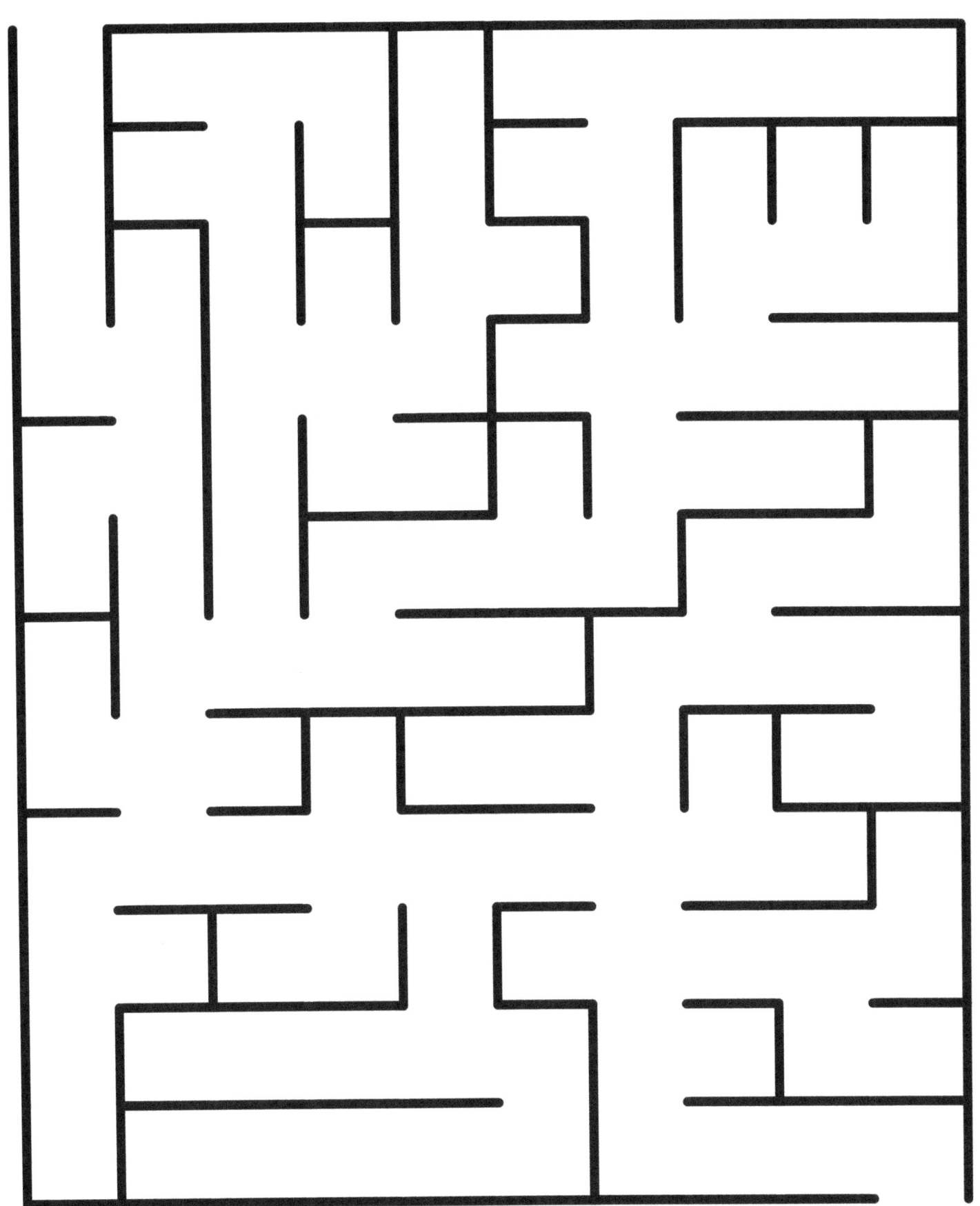

భ్రమరాల భండారం!

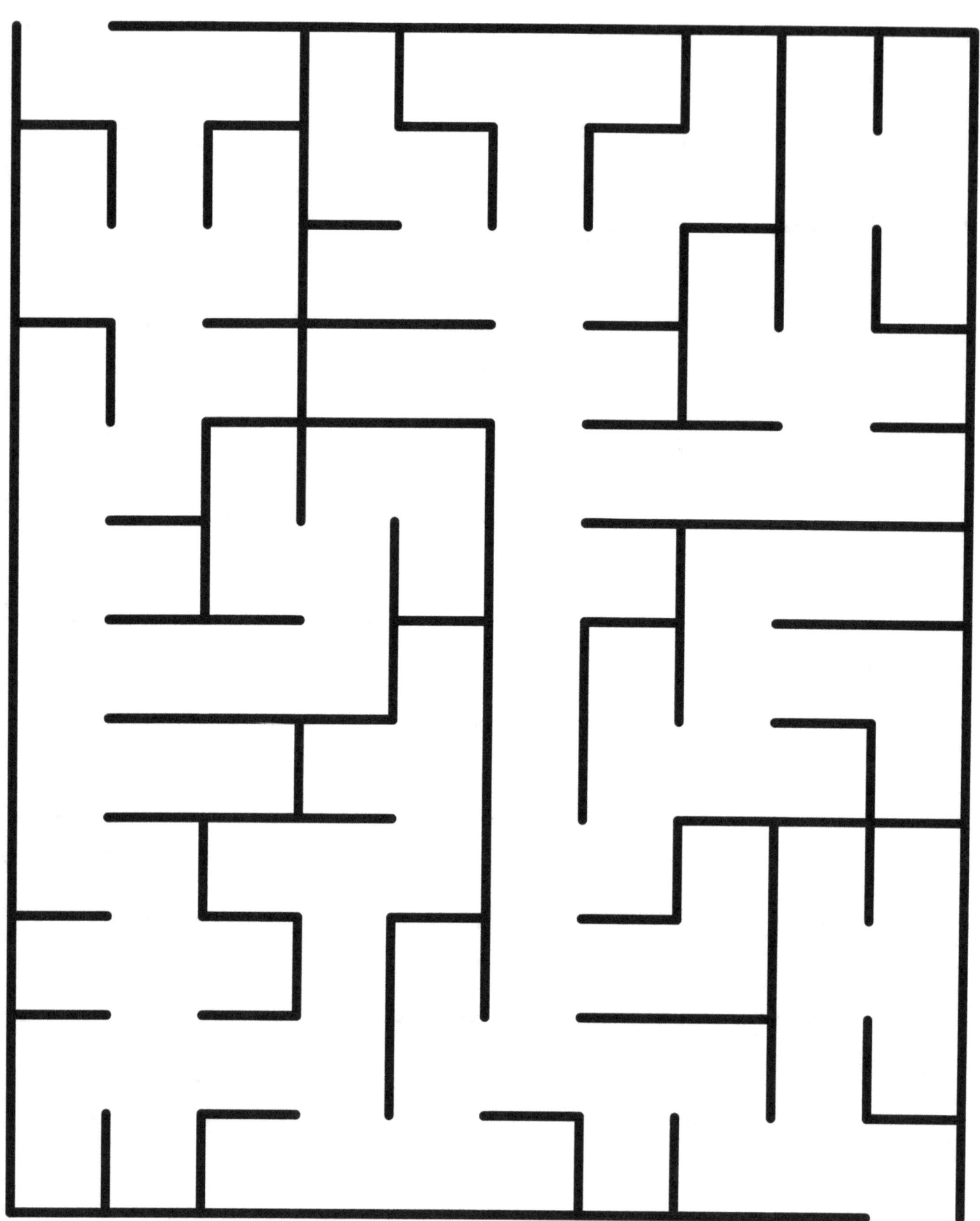

భ్రమరాల భండారం!

12×15 సులభ చదరపు భ్రమరాలు

భ్రమరాల భండారం!

భ్రమరాల భండారం!

బ్రమరాల భండారం!

భ్రమరాల భండారం!

బ్రమరాల భండారం!

12×15 మాధ్యమ చదరపు భ్రమరాలు

భ్రమరాల భండారం!

భ్రమరాల భండారం!

భ్రమరాల భండారం!

భ్రమరాల భండారం!

20×24 మాధ్యమ చదరపు భ్రమరాలు

భ్రమరాల భండారం!

భ్రమరాల భండారం!

భ్రమరాల భండారం!

భ్రమరాల భండారం!

20×24 మాధ్యమ చదరపు భ్రమరాలు

భ్రమరాల భండారం!

భ్రమరాల భండారం!

బ్రమరాల భండారం!

భ్రమరాల భండారం!

30×37 కఠిన చదరపు భ్రమరాలు

భ్రమరాల భండారం!

భ్రమరాల భండారం!

భ్రమరాల భండారం!

భ్రమరాల భండారం!

భ్రమరాల భండారం!

9×12 సులభ త్రిభుజ భ్రమరాలు

34 · భ్రమరాల భండారం!

భ్రమరాల భండారం!

బ్రమరాల భండారం!

బ్రమరాల భండారం!

భ్రమరాల భండారం!

12×15 సులభ త్రిభుజ భ్రమరాలు

భ్రమరాల భండారం!

భ్రమరాల భండారం!

బ్రమరాల భండారం!

బ్రమరాల భండారం!

భ్రమరాల భండారం!

12×15 మాధ్యమ త్రిభుజ భ్రమరాలు

44 భ్రమరాల భండారం!

భమరాల భండారం!

భ్రమరాల భండారం!

భ్రమరాల భండారం!

భ్రమరాల భండారం!

20×24 మాధ్యమ త్రిభుజ భ్రమరాలు

భ్రమరాల భండారం!

భ్రమరాల భండారం!

బ్రమరాల భండారం!

భ్రమరాల భండారం!

భ్రమరాల భండారం!

20×24 కఠిన త్రిభుజ భ్రమరాలు

భ్రమరాల భండారం!

భ్రమరాల భండారం!

భ్రమరాల భండారం!

బ్రమరాల భండారం!

30×37 కఠిన త్రిభుజ భ్రమరాలు

భ్రమరాల భండారం! 59

భ్రమరాల భండారం!

భమరాల భండారం!

భ్రమరాల భండారం!

12×19 సులభ షట్కోణ భ్రమరాలు

భ్రమరాల భండారం!

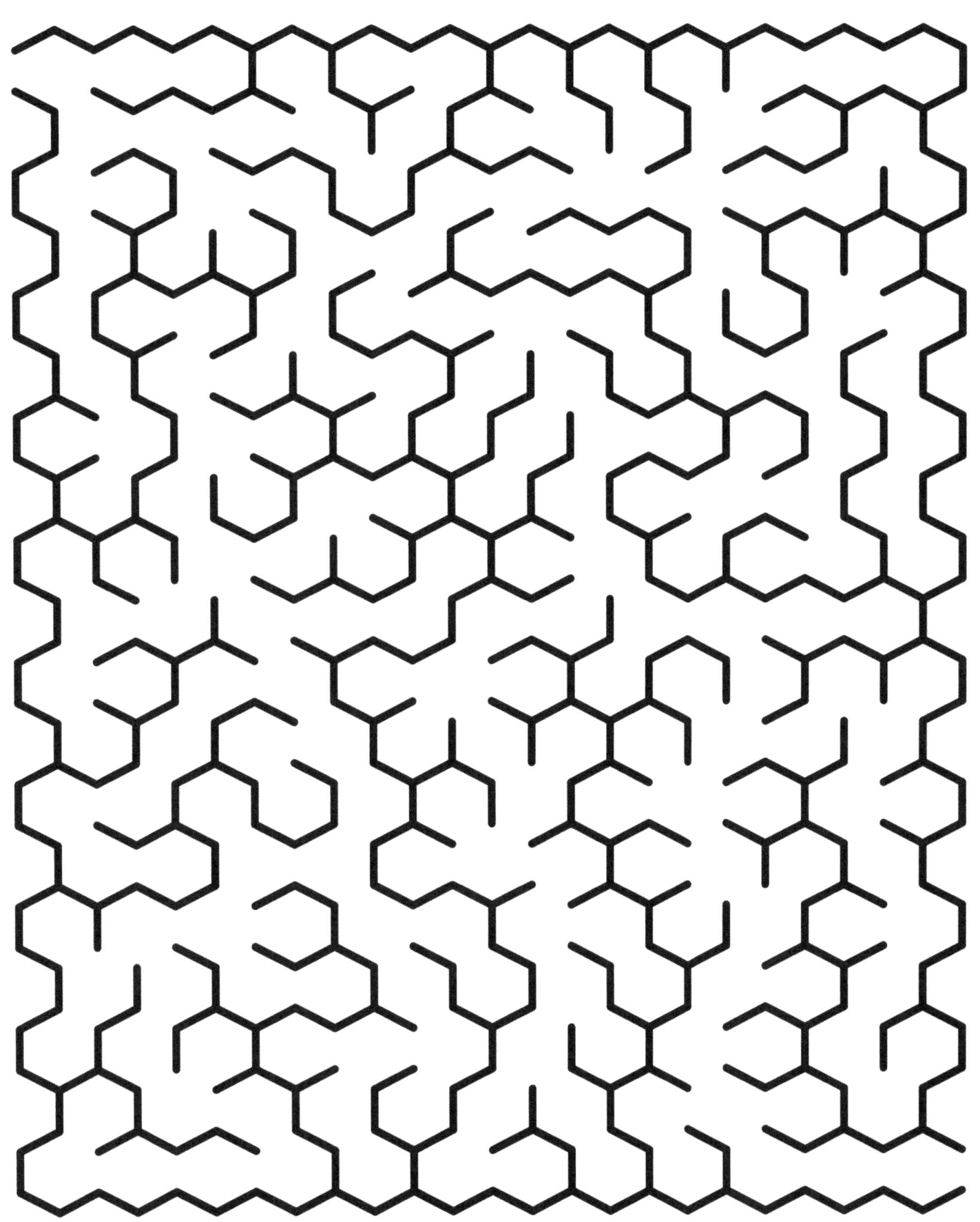

బ్రమరాల భండారం!

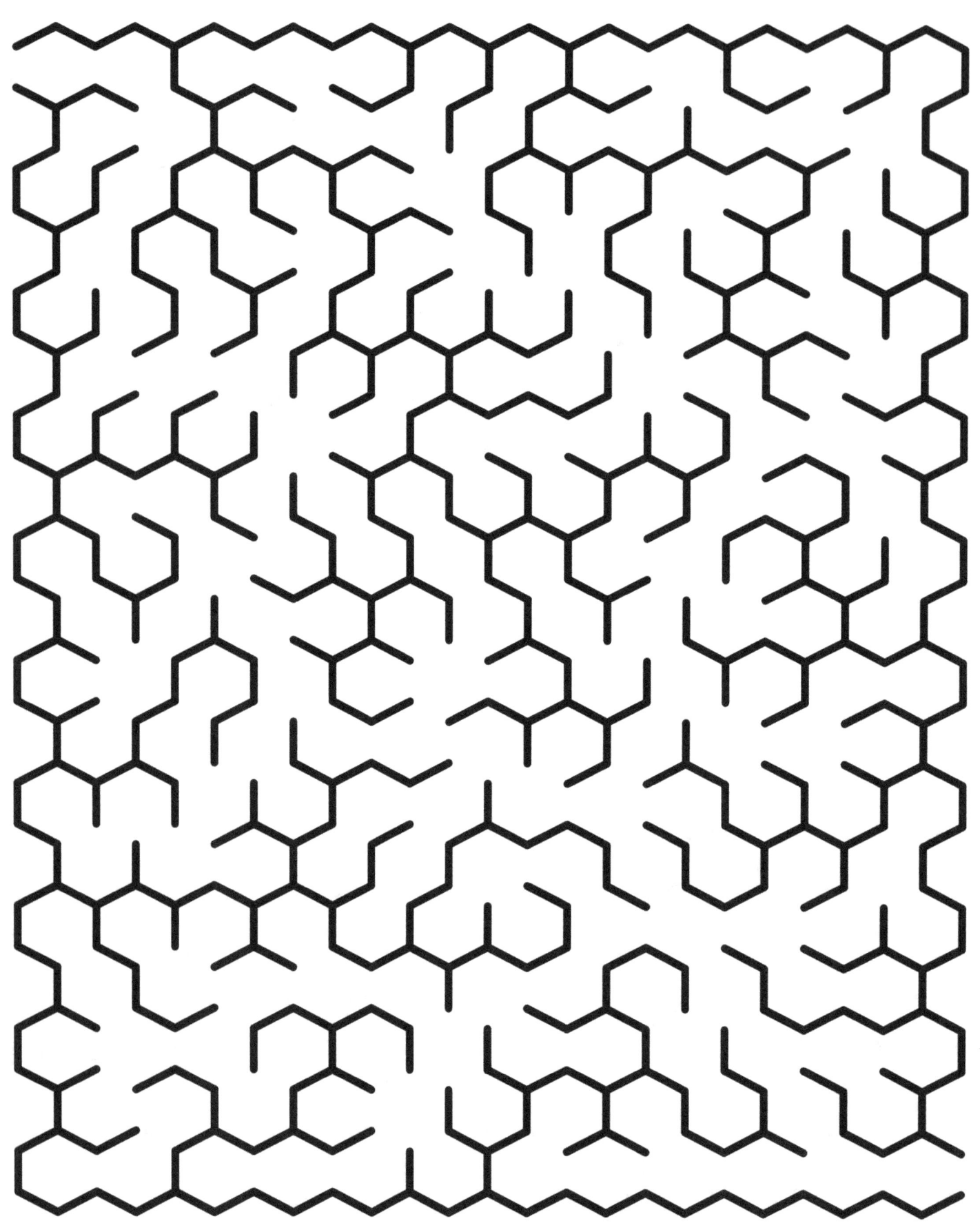
బ్రమరాల భండారం!

భమరాల భండారం!

భ్రమరాల భండారం!

15×23 సులభ షట్కోణ భ్రమరాలు

భ్రమరాల భండారం!

భ్రమరాల భండారం!

బ్రమరాల భండారం!

భ్రమరాల భండారం!

భ్రమరాల భండారం!

15×23 మాధ్యమ షట్కోణ భ్రమరాలు

బ్రమరాల భండారం!

భ్రమరాల భండారం!

భ్రమరాల భండారం!

భ్రమరాల భండారం!

భ్రమరాల భండారం!

24×39 మాధ్యమ షట్కోణ భ్రమరాలు

భ్రమరాల భండారం!

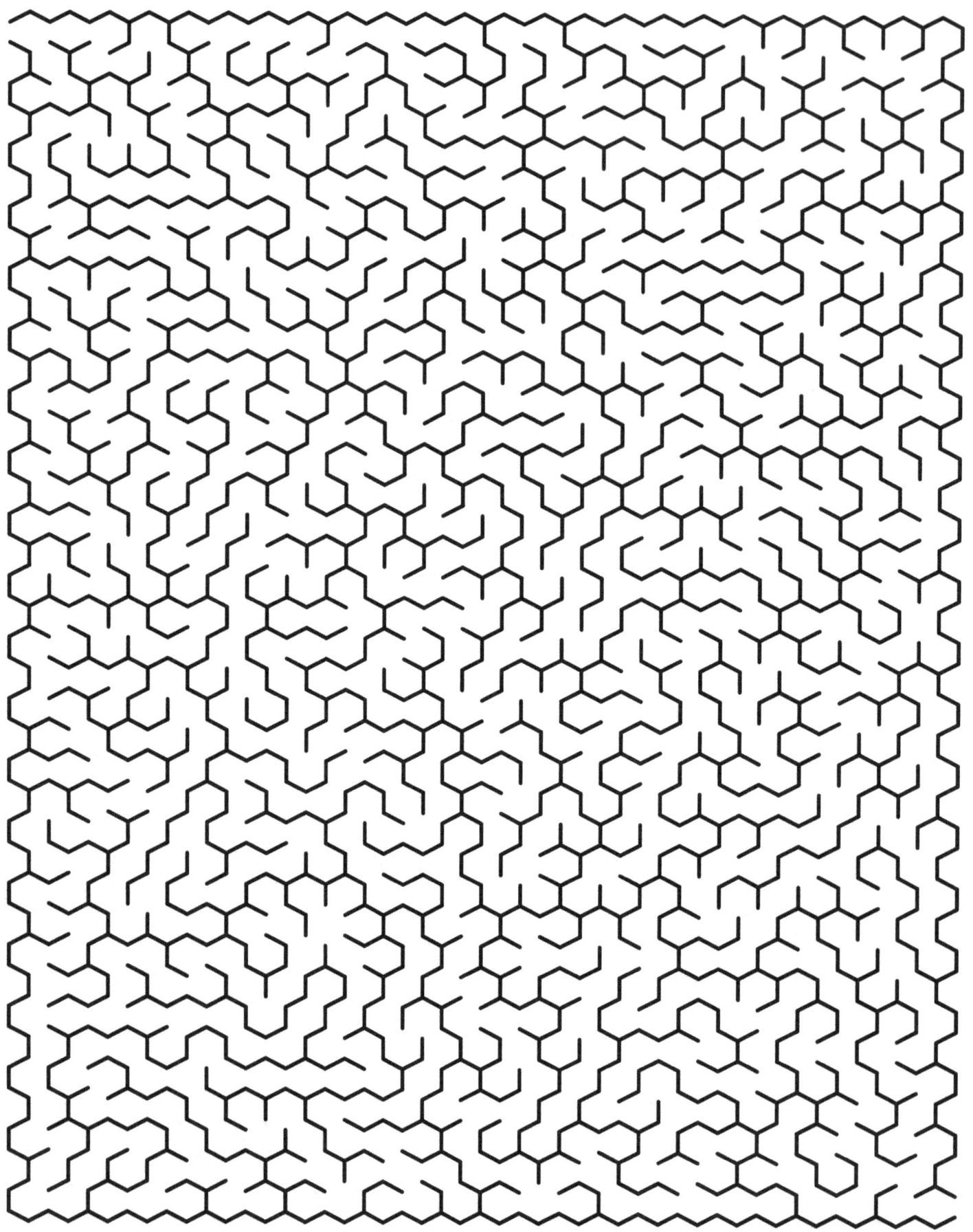

బ్రమరాల భండారం!

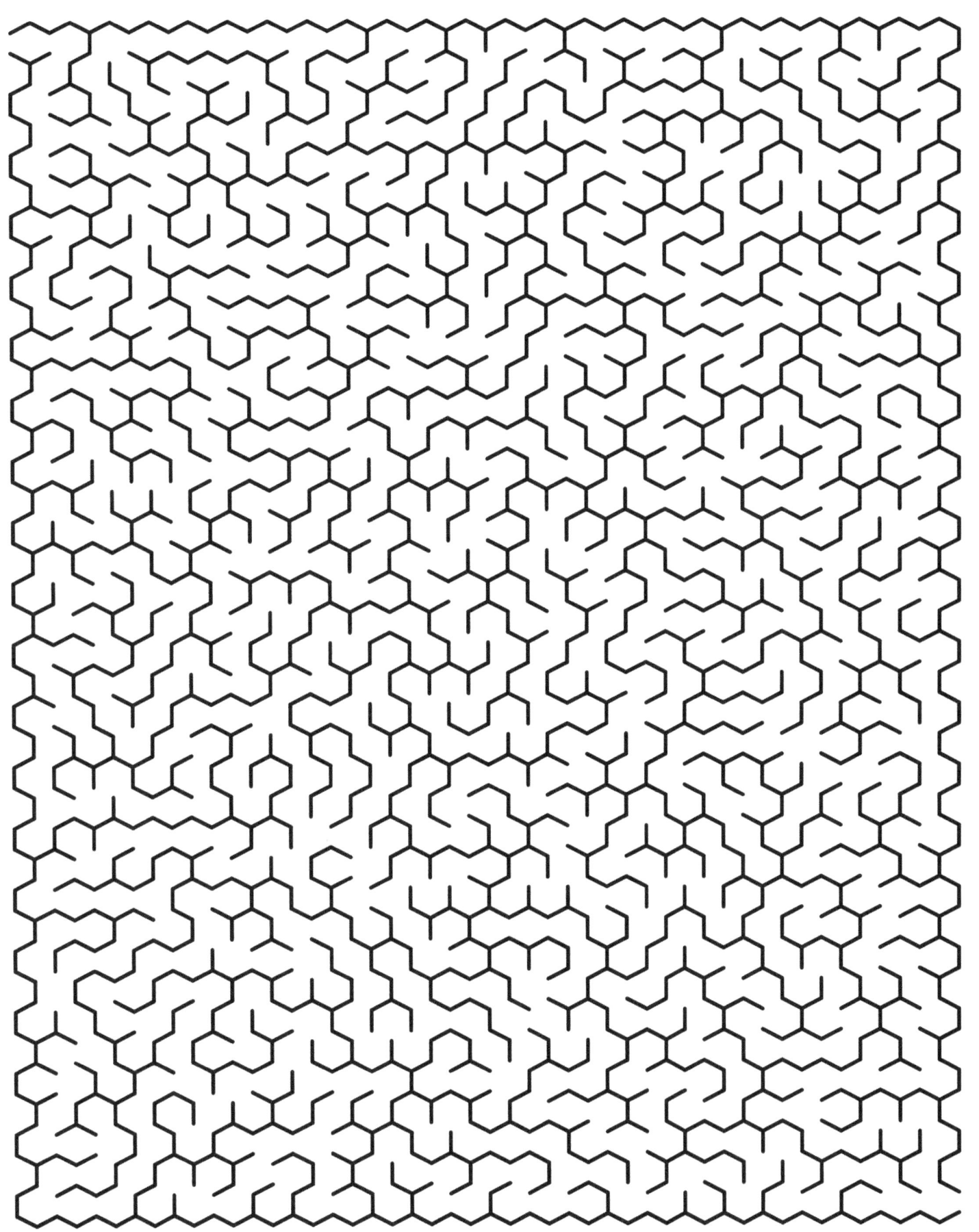

భ్రమరాల భండారం!

బ్రమరాల భండారం!

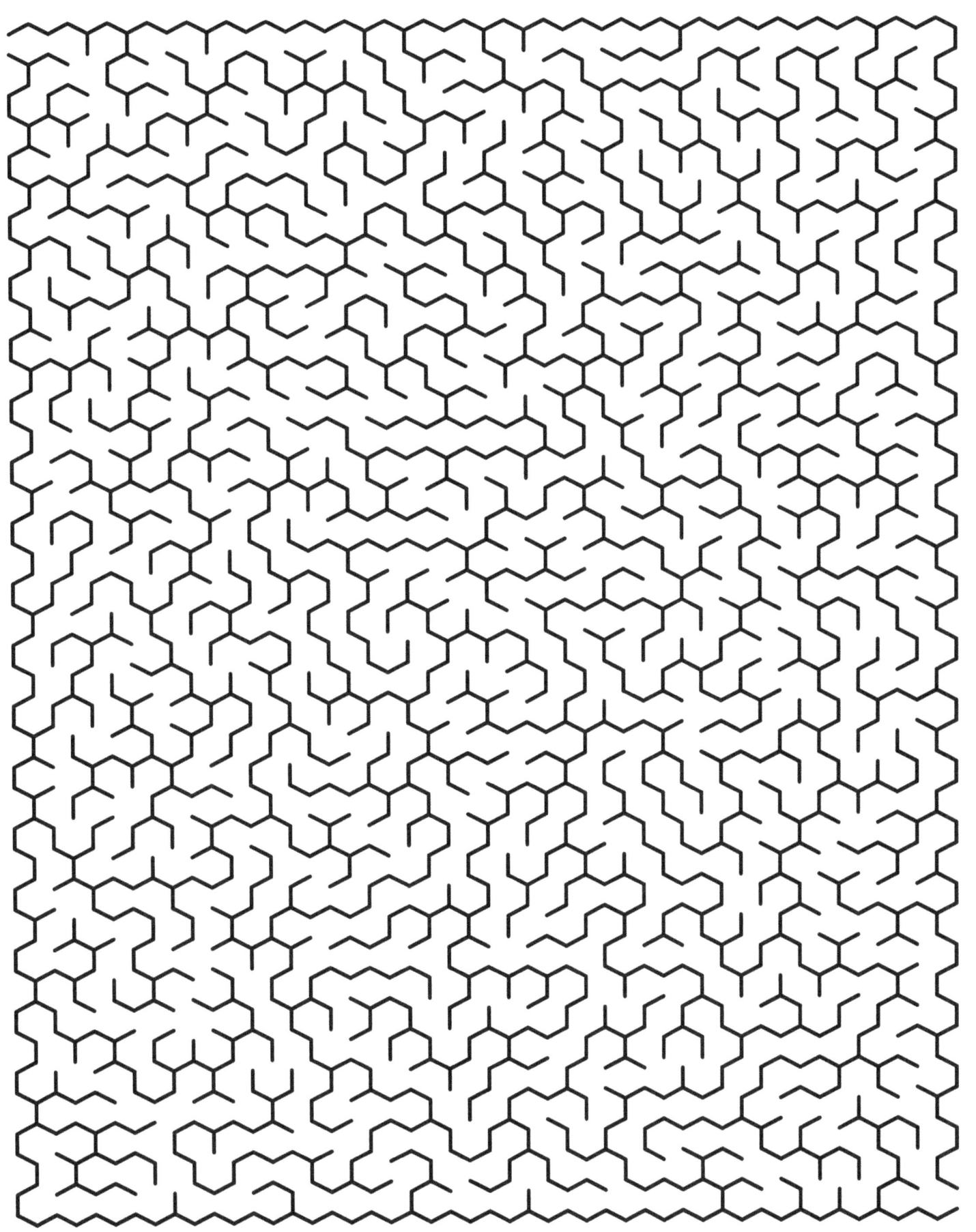

భ్రమరాల భండారం!

24×39 కఠిన షట్కోణ భ్రమరాలు

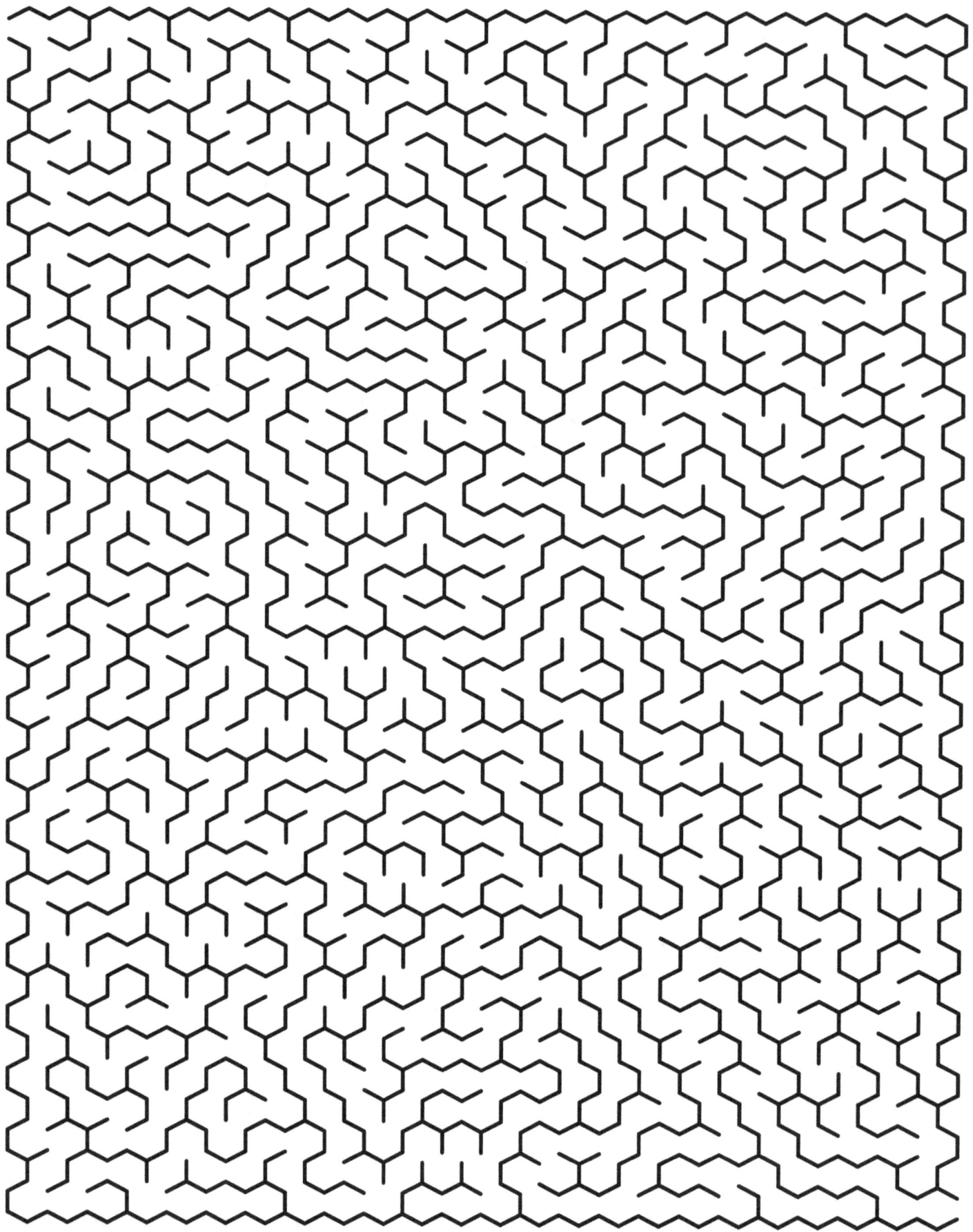

బ్రమరాల భండారం!

బ్రమరాల భండారం!

భ్రమరాల భండారం!

బ్రమరాల భండారం!

భ్రమరాల భండారం!

37×59 కఠిన షట్కోణ భ్రమరాలు

భ్రమరాల భండారం!

బ్రమరాల భండారం!

బ్రమరాల భండారం!

భ్రమరాల భండారం!

9×12 సులభ వజ్రాకృతి భ్రమరాలు

భ్రమరాల భండారం!

బ్రమరాల భండారం!

బ్రమరాల భండారం!

బ్రమరాల భండారం!

భ్రమరాల భండారం!

12×15 సులభ వజ్రాకృతి భ్రమరాలు

భ్రమరాల భండారం!

భ్రమరాల భండారం!

భ్రమరాల భండారం!

భ్రమరాల భండారం!

భ్రమరాల భండారం!

12×15 మాధ్యమ వజ్రాకృతి భ్రమరాలు

104 భ్రమరాల భండారం!

భ్రమరాల భండారం!

భ్రమరాల భండారం!

బ్రమరాల భండారం!

భ్రమరాల భండారం!

20×24 మాధ్యమ వజ్రాకృతి భ్రమరాలు

భ్రమరాల భండారం!

భ్రమరాల భండారం!

బ్రమరాల భండారం!

భ్రమరాల భండారం!

బ్రమరాల భండారం!

20×24 కఠిన వజ్రాకృతి భ్రమరాలు

భ్రమరాల భండారం!

బ్రమరాల భండారం!

భ్రమరాల భండారం!

భ్రమరాల భండారం!

30×37 కఠిన వజ్రాకృతి భ్రమరాలు

బ్రమరాల భండారం!

బ్రమరాల భండారం!

భ్రమరాల భండారం!

భ్రమరాల భండారం!

బ్రమరాల భండారం!

9×12 సులభ స్నబ్ స్క్వేర్ భ్రమరాలు

భ్రమరాల భండారం!

భ్రమరాల భండారం!

భ్రమరాల భండారం!

భ్రమరాల భండారం!

12×15 సులభ స్నబ్ స్క్వేర్ భ్రమరాలు

భ్రమరాల భండారం!

భ్రమరాల భండారం!

భ్రమరాల భండారం!

భ్రమరాల భండారం!

భ్రమరాల భండారం!

12×15 మాధ్యమ స్నబ్ స్క్వేర్ భ్రమరాలు

బ్రమరాల భండారం!

భ్రమరాల భండారం!

భ్రమరాల భండారం!

భ్రమరాల భండారం!

బ్రమరాల భండారం!

20×24 మాధ్యమ స్నబ్ స్క్వేర్ భ్రమరాలు

భ్రమరాల భండారం!

భ్రమరాల భండారం!

బ్రమరాల భండారం!

భ్రమరాల భండారం!

బ్రమరాల భండారం!

20×24 కఠిన స్నబ్ స్క్వేర్ భ్రమరాలు

భమరాల భండారం!

బ్రమరాల భండారం!

భమరాల భండారం!

భ్రమరాల భండారం!

30×37 కఠిన స్నబ్ స్క్వేర్ భ్రమరాలు

భ్రమరాల భండారం!

భ్రమరాల భండారం!

బ్రమరాల భండారం!

భ్రమరాల భండారం!

భ్రమరాల భండారం!

9×12 సులభ స్నబ్ స్క్వేర్ 2 భ్రమరాలు

భ్రమరాల భండారం!

భ్రమరాల భండారం!

భ్రమరాల భండారం!

భ్రమరాల భండారం!

9×12 సులభ కైరో భ్రమరాలు

భ్రమరాల భండారం!

బ్రమరాల భండారం!

బ్రమరాల భండారం!

భ్రమరాల భండారం!

భ్రమరాల భండారం!

12×15 సులభ కైరో భ్రమరాలు

164 భ్రమరాల భండారం!

భ్రమరాల భండారం!

భ్రమరాల భండారం!

భ్రమరాల భండారం!

భ్రమరాల భండారం!

13×16 సులభ కైరో భ్రమరాలు

భ్రమరాల భండారం!

169

బ్రమరాల భండారం!

బ్రమరాల భండారం!

భ్రమరాల భండారం!

భమరాల భండారం!

13×15 మాధ్యమ కైరో భ్రమరాలు

బ్రమరాల భండారం!

బ్రమరాల భండారం!

భ్రమరాల భండారం!

భ్రమరాల భండారం!

బ్రమరాల భండారం!

20×24 మాధ్యమ కైరో భ్రమరాలు

భ్రమరాల భండారం!

భ్రమరాల భండారం!

భ్రమరాల భండారం!

బ్రమరాల భండారం!

భ్రమరాల భండారం!

20×24 కఠిన కైరో భ్రమరాలు

భ్రమరాల భండారం!

భ్రమరాల భండారం!

భ్రమరాల భండారం!

భ్రమరాల భండారం!

భ్రమరాల భండారం!

30×37 కఠిన కైరో భ్రమరాలు

భ్రమరాల భండారం!

భ్రమరాల భండారం!

భ్రమరాల భండారం!

భ్రమరాల భండారం!

భ్రమరాల భండారం!

20×20 కఠిన వృత్తాకార భ్రమరాలు

భ్రమరాల భండారం!

భ్రమరాల భండారం!

భ్రమరాల భండారం!

భమరాల భండారం!

భ్రమరాల భండారం!

25×25 కఠిన వృత్తాకార భ్రమరాలు

భ్రమరాల భండారం!

భ్రమరాల భండారం!

భ్రమరాల భండారం!

భ్రమరాల భండారం!

30×30 కఠిన వృత్తాకార భ్రమరాలు

భ్రమరాల భండారం!

భ్రమరాల భండారం!

భ్రమరాల భండారం!

భ్రమరాల భండారం!

35×35 కఠిన వృత్తాకార భ్రమరాలు

భ్రమరాల భండారం!

భ్రమరాల భండారం!

భ్రమరాల భండారం!

భ్రమరాల భండారం!

భ్రమరాల భండారం!

9×12 సులభ చదర-త్రిభుజ భ్రమరాలు

భ్రమరాల భండారం!

బ్రమరాల భండారం!

భ్రమరాల భండారం!

భ్రమరాల భండారం!

భ్రమరాల భండారం!

12×15 సులభ చదర-త్రిభుజ భ్రమరాలు

భ్రమరాల భండారం!

భ్రమరాల భండారం!

భ్రమరాల భండారం!

భ్రమరాల భండారం!

12×15 మాధ్యమ చదర-త్రిభుజ భ్రమరాలు

భ్రమరాల భండారం!

భ్రమరాల భండారం!

భ్రమరాల భండారం!

భ్రమరాల భండారం!

భ్రమరాల భండారం!

20×24 మాధ్యమ చదర-త్రిభుజ భ్రమరాలు

భ్రమరాల భండారం!

భ్రమరాల భండారం!

భమరాల భండారం!

భ్రమరాల భండారం!

బ్రమరాల భండారం!

20×24 కఠిన చదర–త్రిభుజ భ్రమరాలు

భ్రమరాల భండారం!

భమరాల భండారం!

బ్రమరాల భండారం!

భ్రమరాల భండారం!

బ్రమరాల భండారం!

30×37 కఠిన చదర-త్రిభుజ భ్రమరాలు

బ్రమరాల భండారం!

భ్రమరాల భండారం!

బ్రమరాల భండారం!

భ్రమరాల భండారం!

పరిష్కారాలు

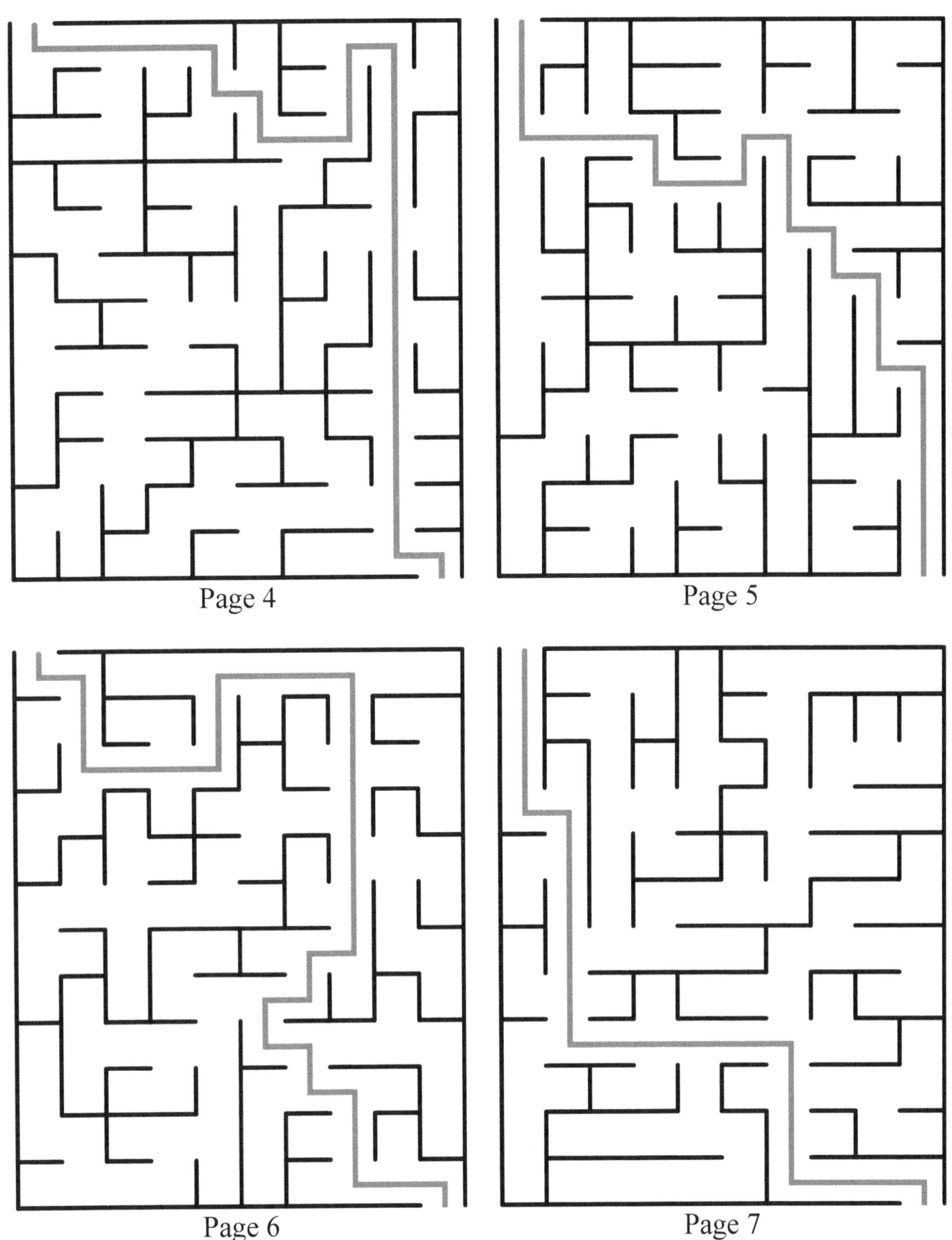

Page 4

Page 5

Page 6

Page 7

బ్రమరాల భండారం!

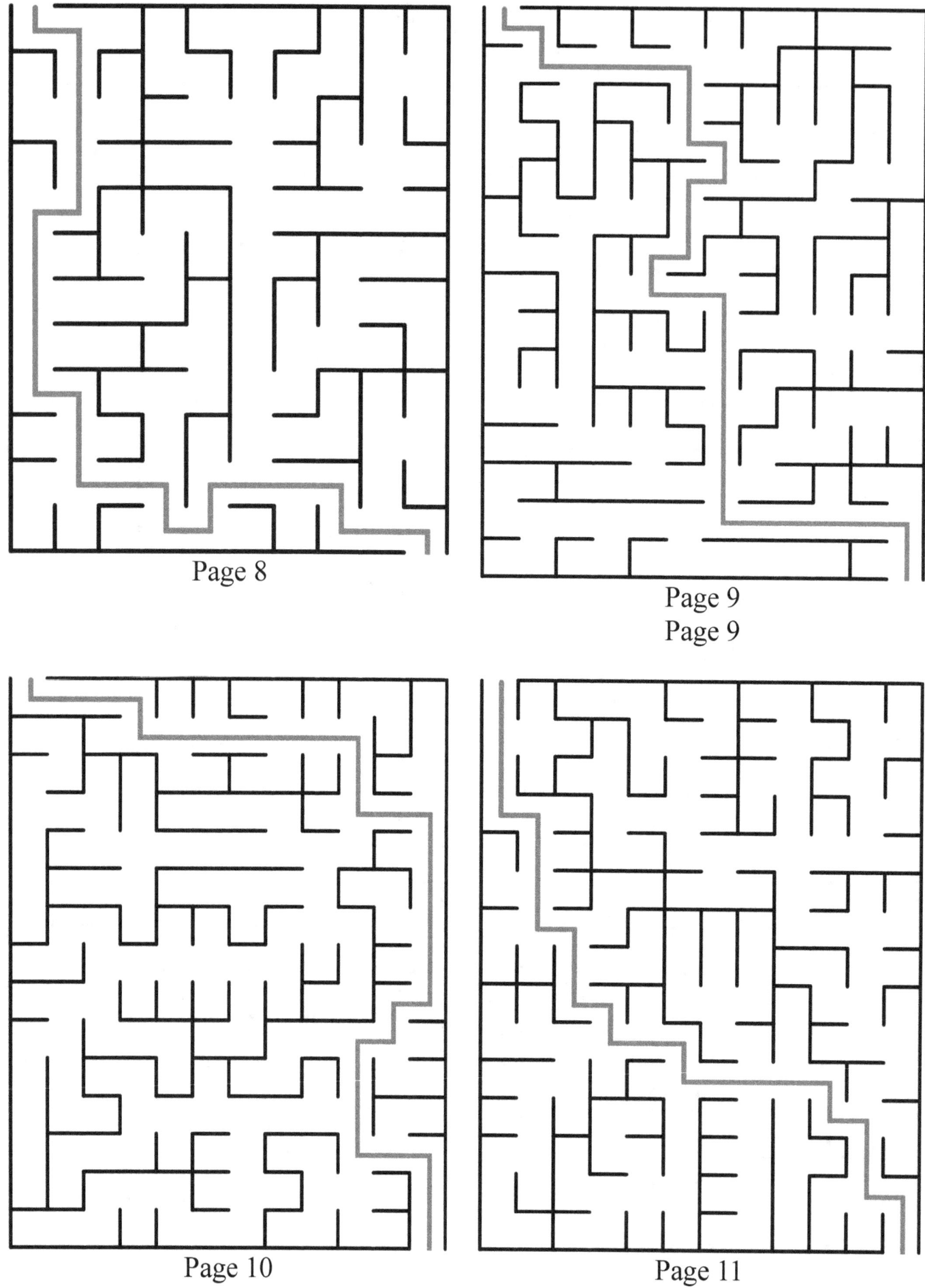

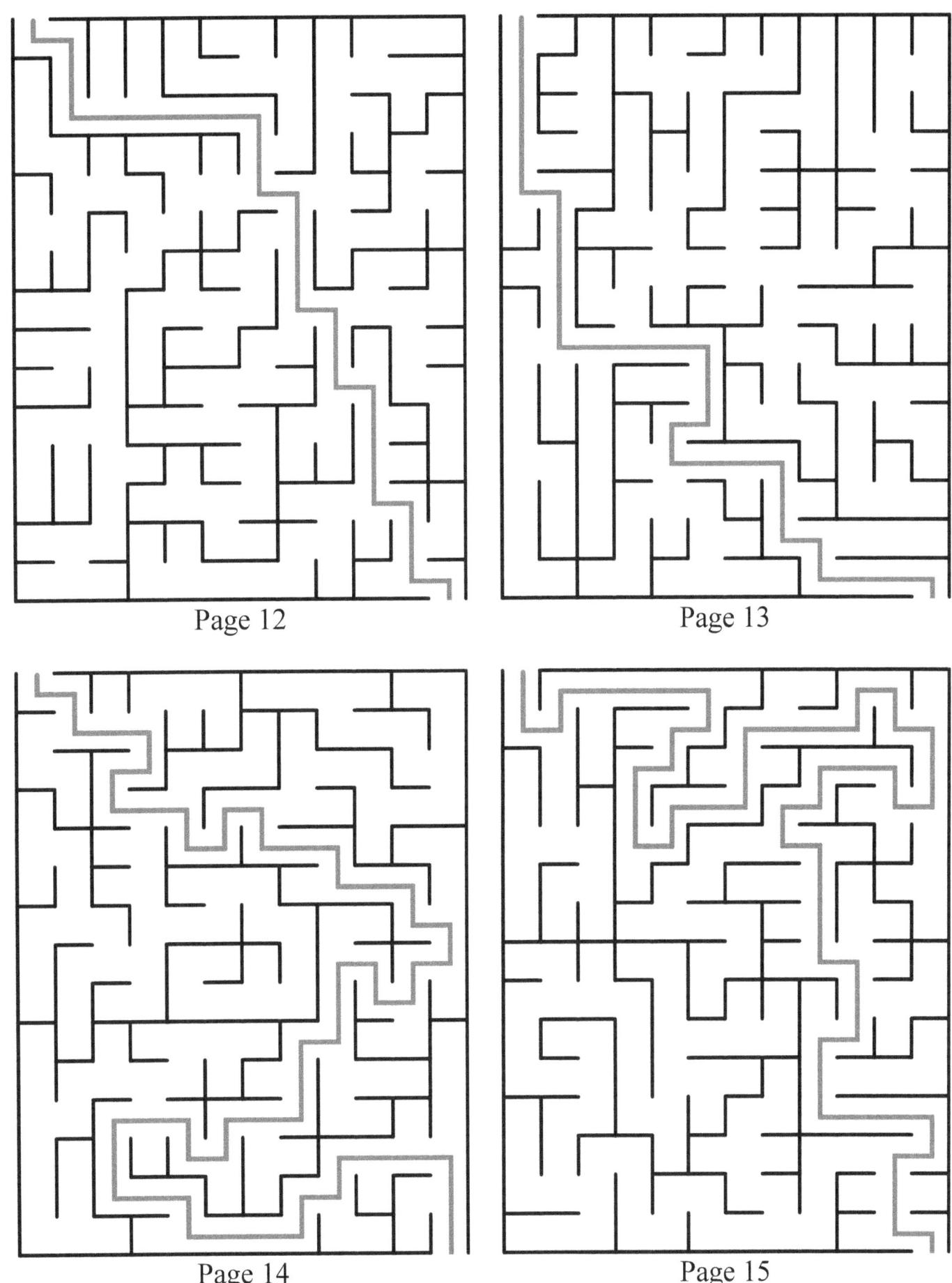

Page 12

Page 13

Page 14

Page 15

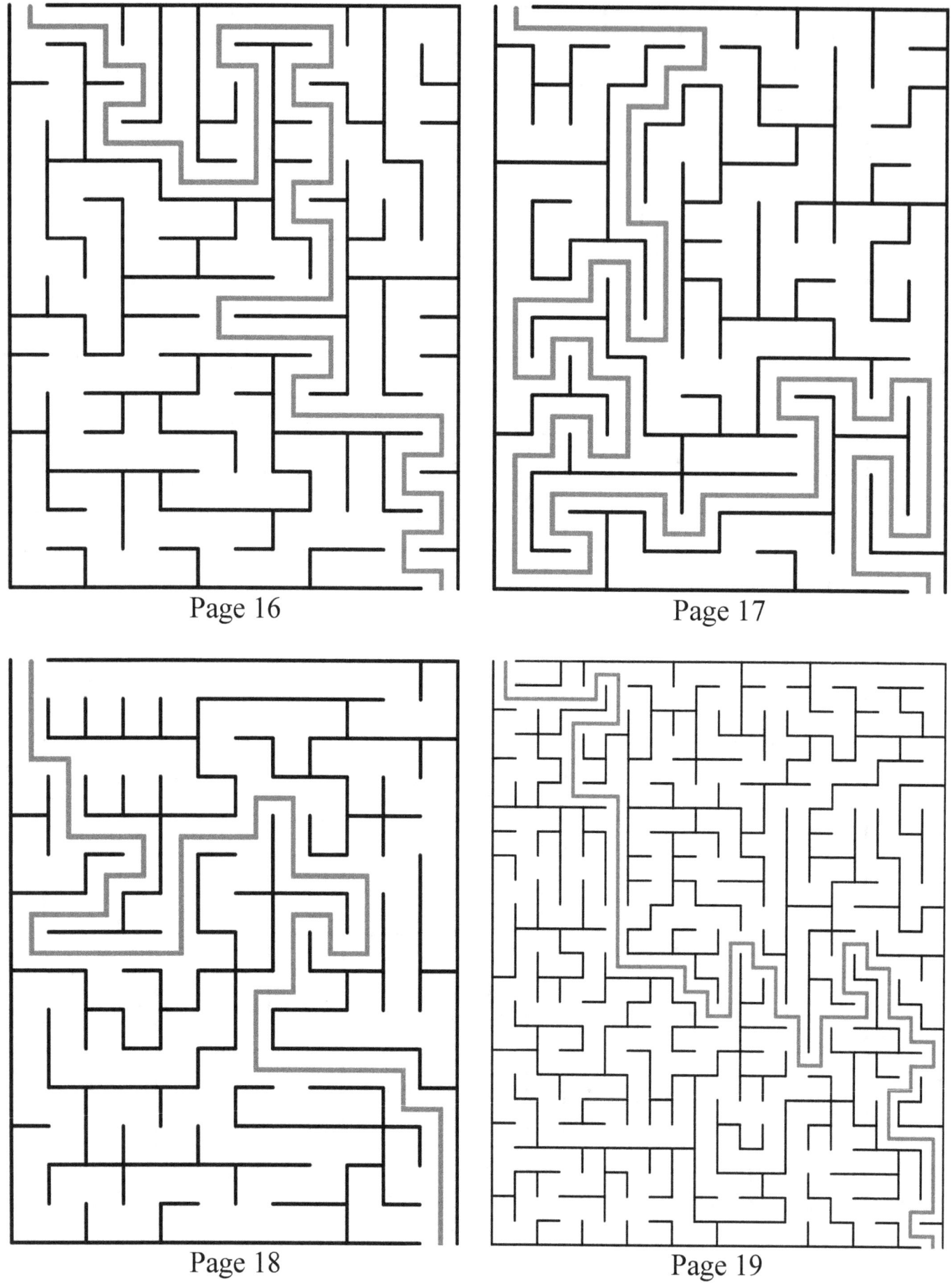

Page 16 Page 17 Page 18 Page 19

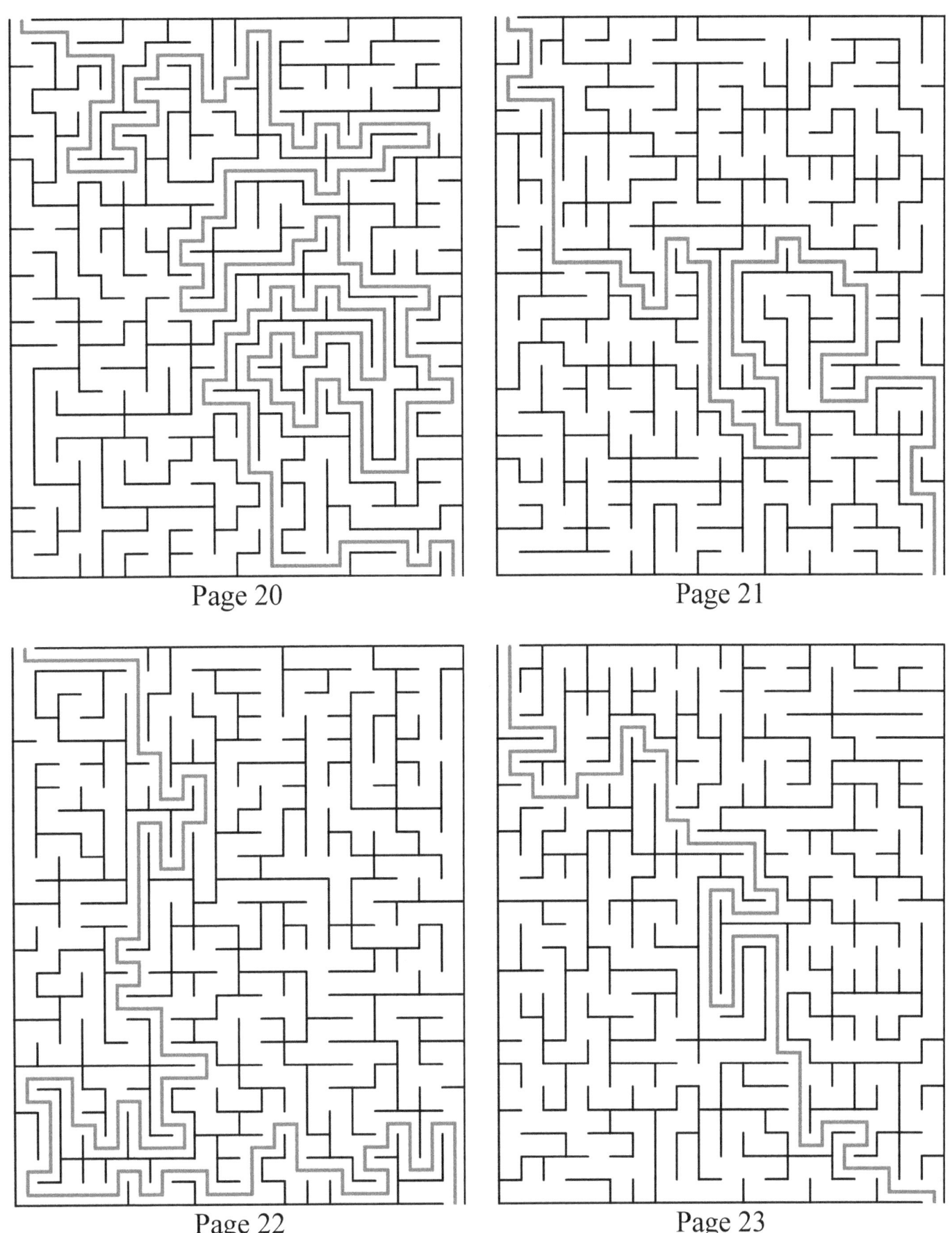

Page 20 Page 21

Page 22 Page 23

బ్రమరాల భండారం!

Page 24

Page 25

Page 26

Page 27

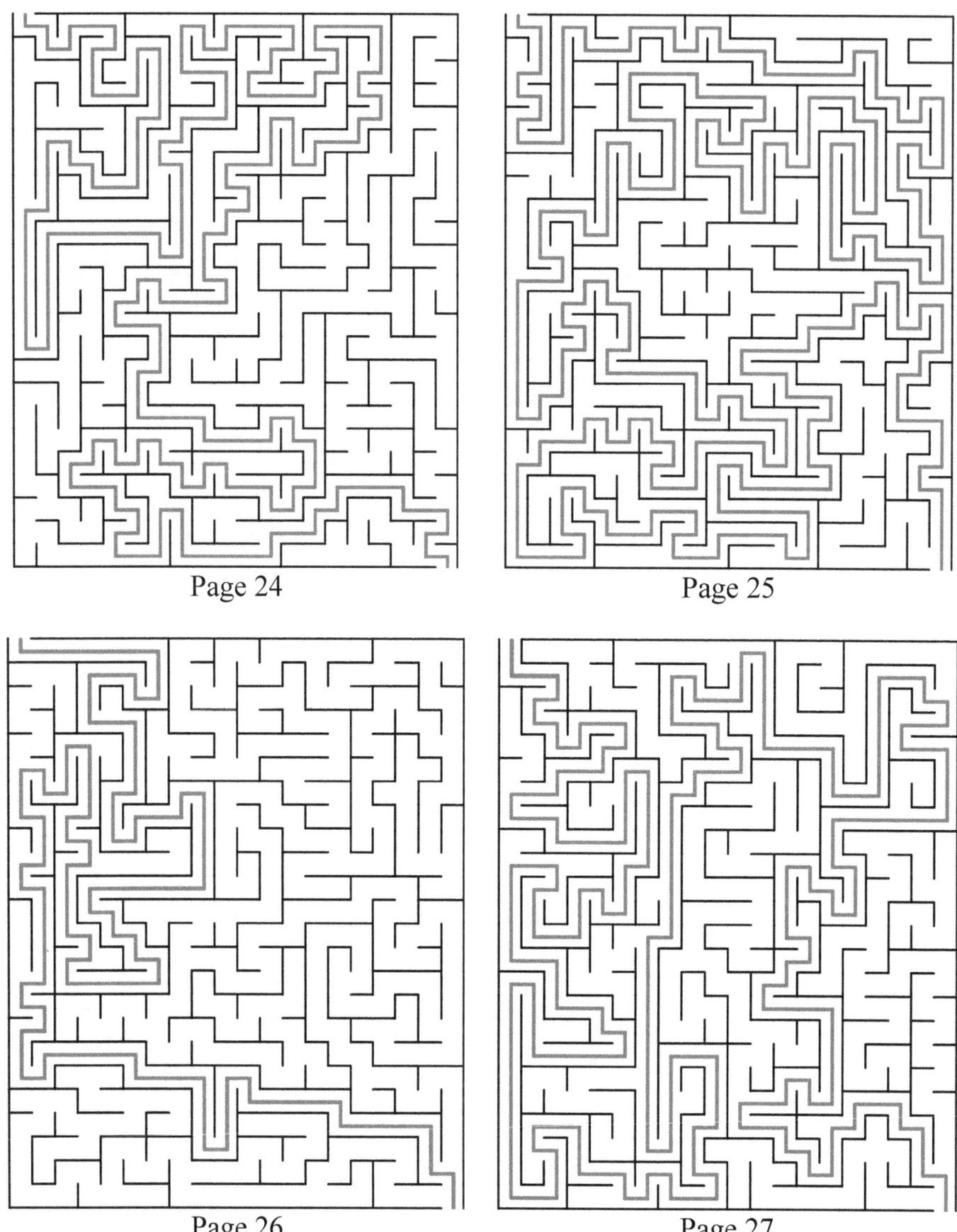

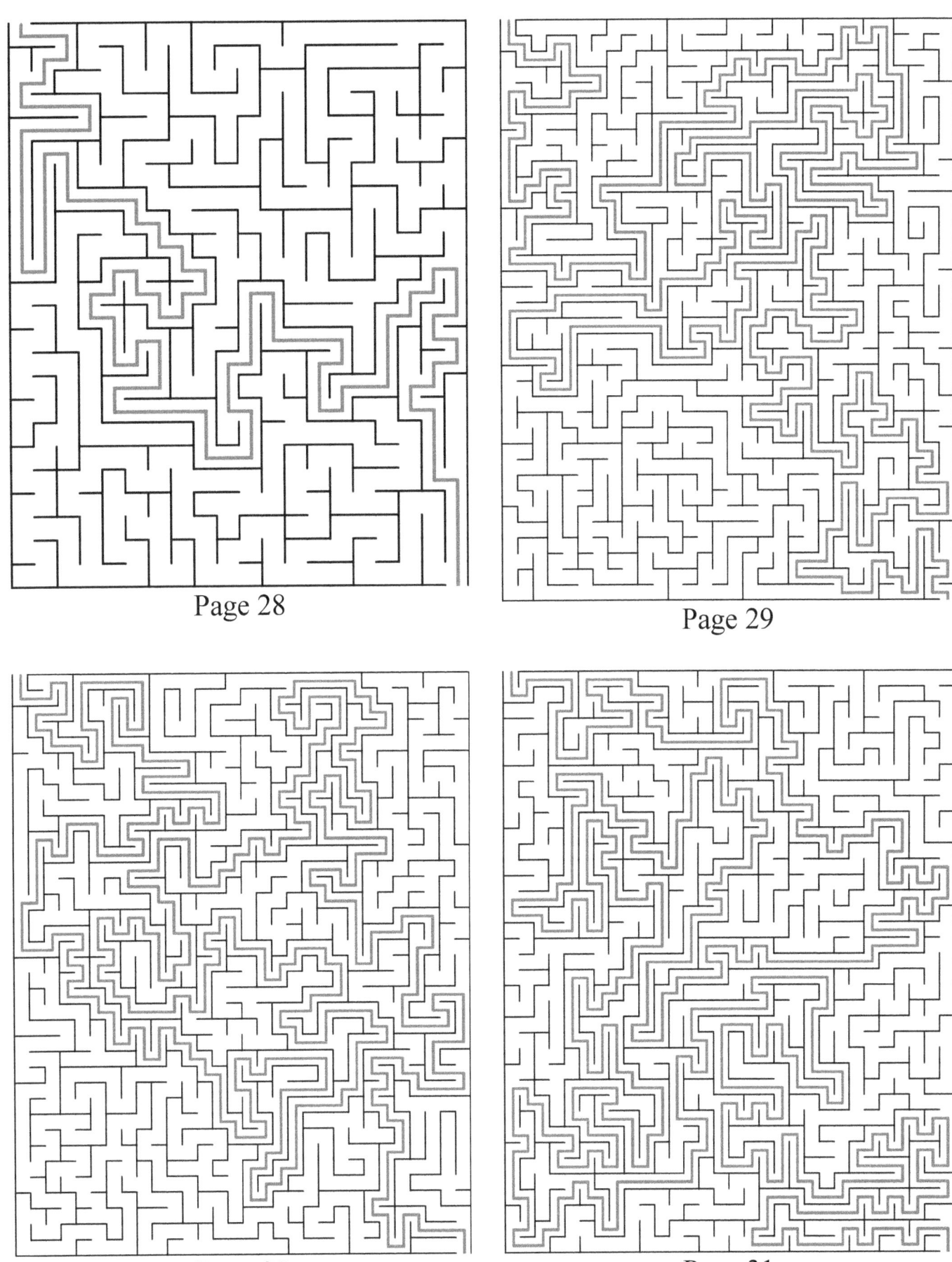

Page 28 · Page 29 · Page 30 · Page 31

బ్రమరాల భండారం!

Page 32

Page 33

Page 34

Page 35

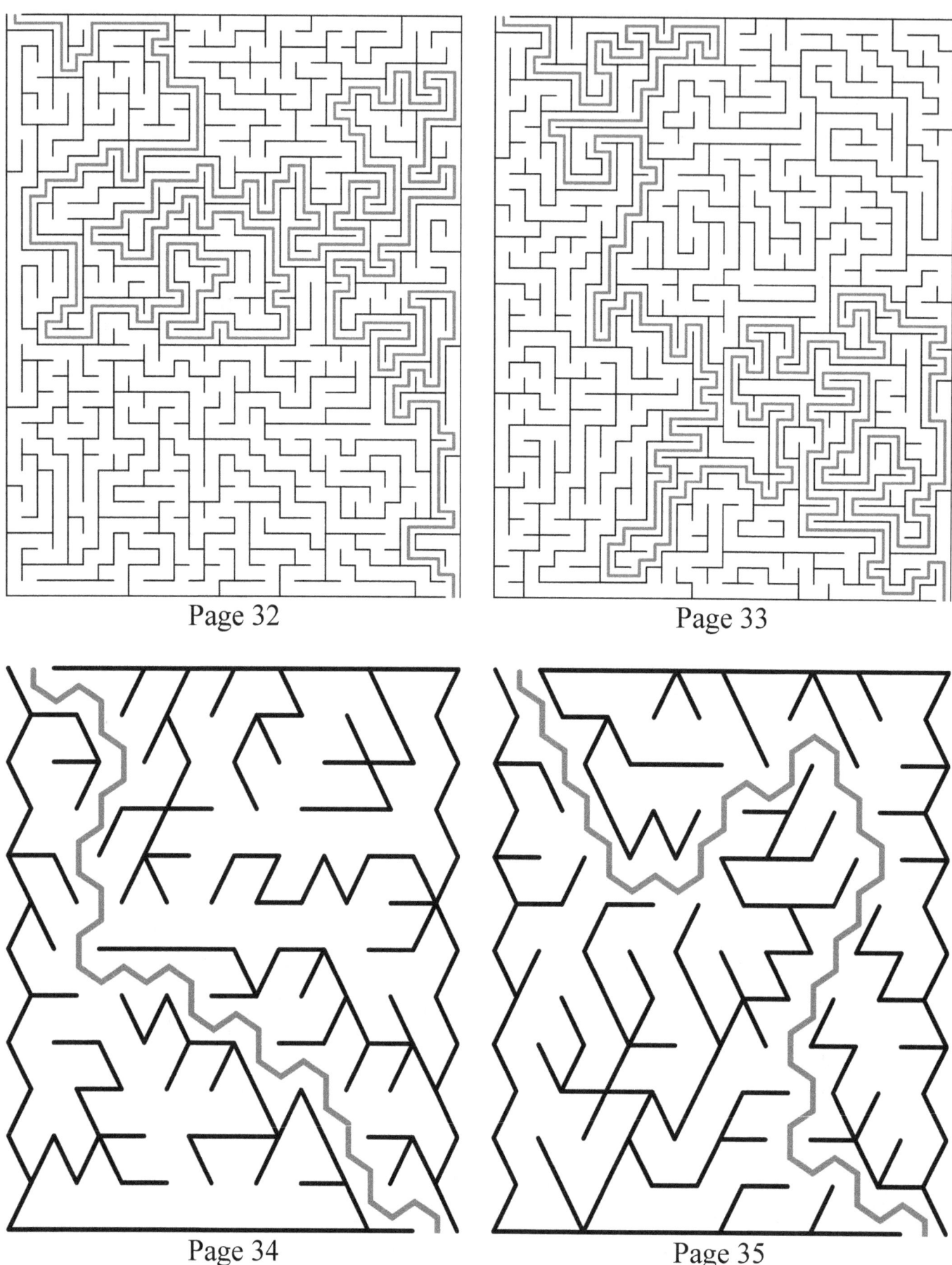

Page 36

Page 37

Page 38

Page 39

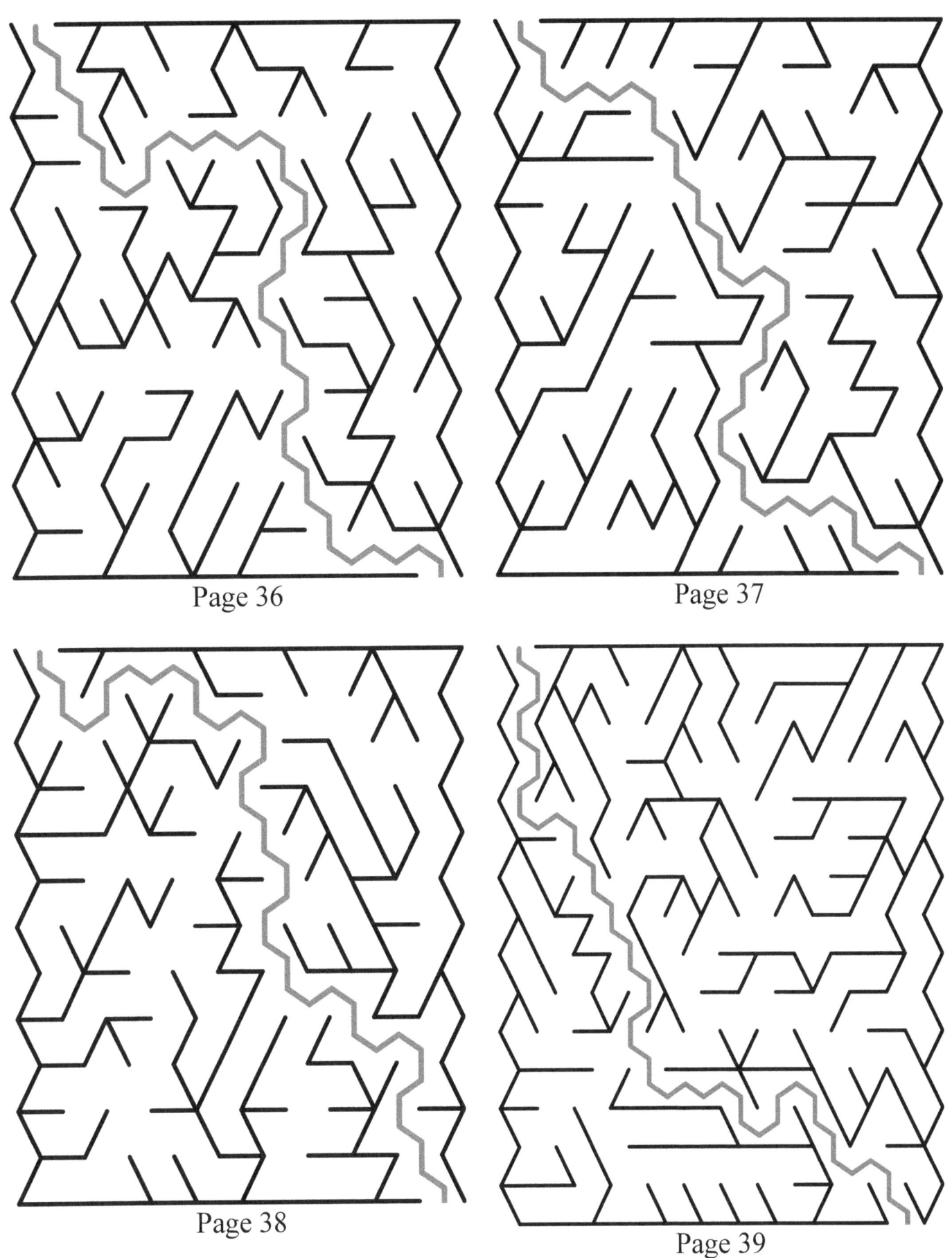

Page 40

Page 41

Page 42

Page 43

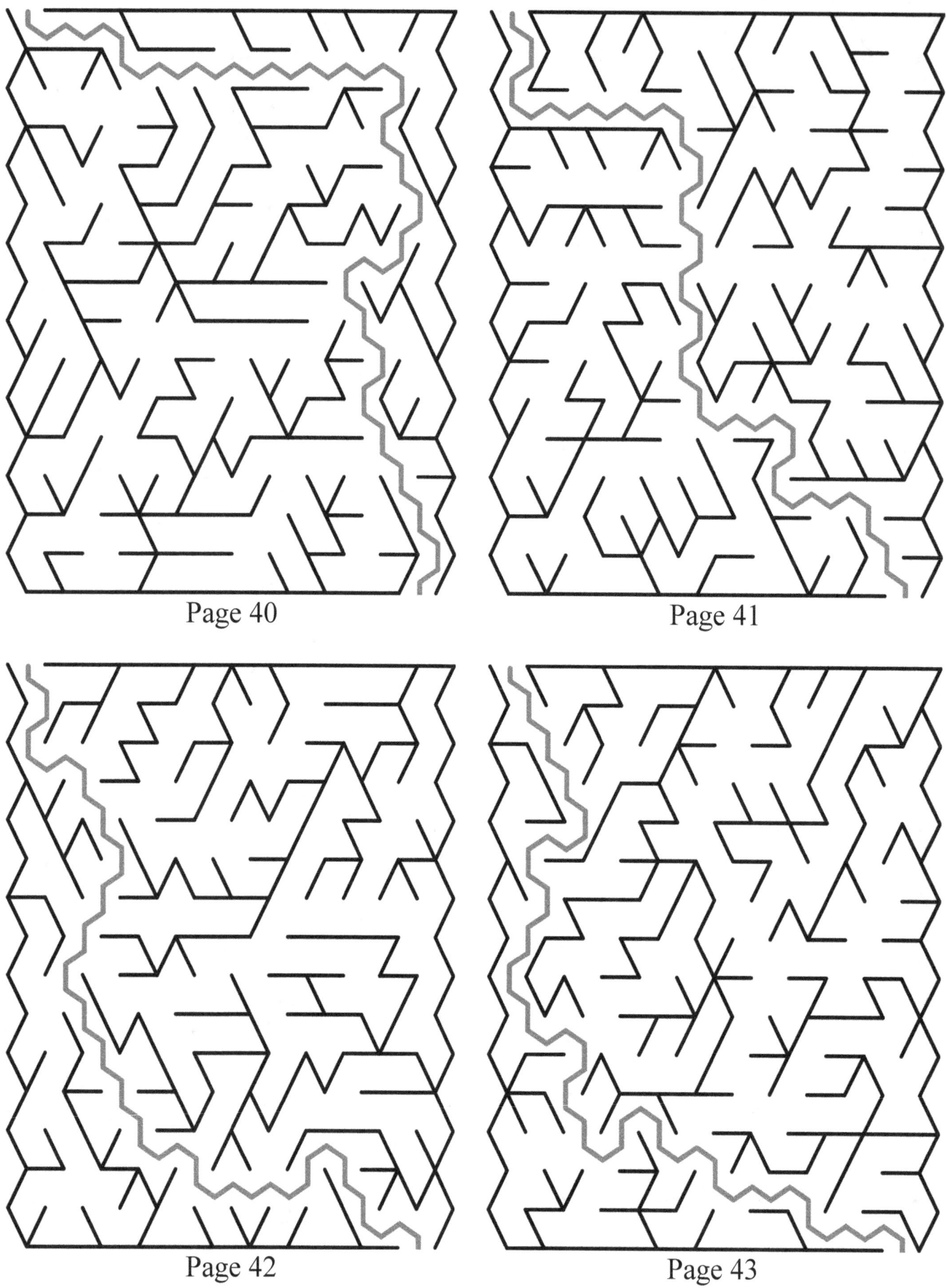

Page 44

Page 45

Page 46

Page 47

బ్రమరాల భండారం!

Page 48

Page 49

Page 50

Page 51

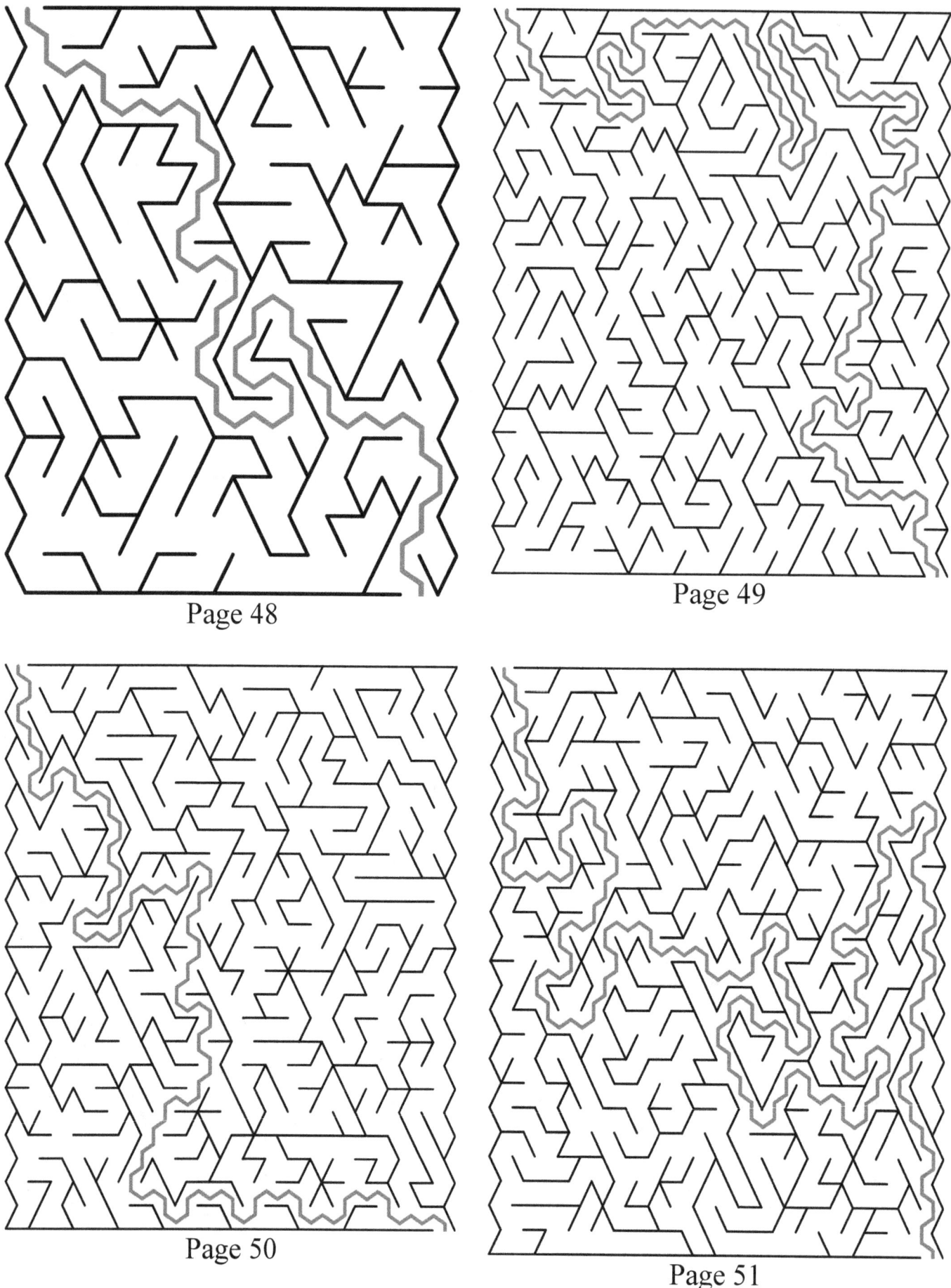

Page 52

Page 53

Page 54

Page 55

బ్రమరాల భండారం!

Page 56

Page 57

Page 58

Page 59

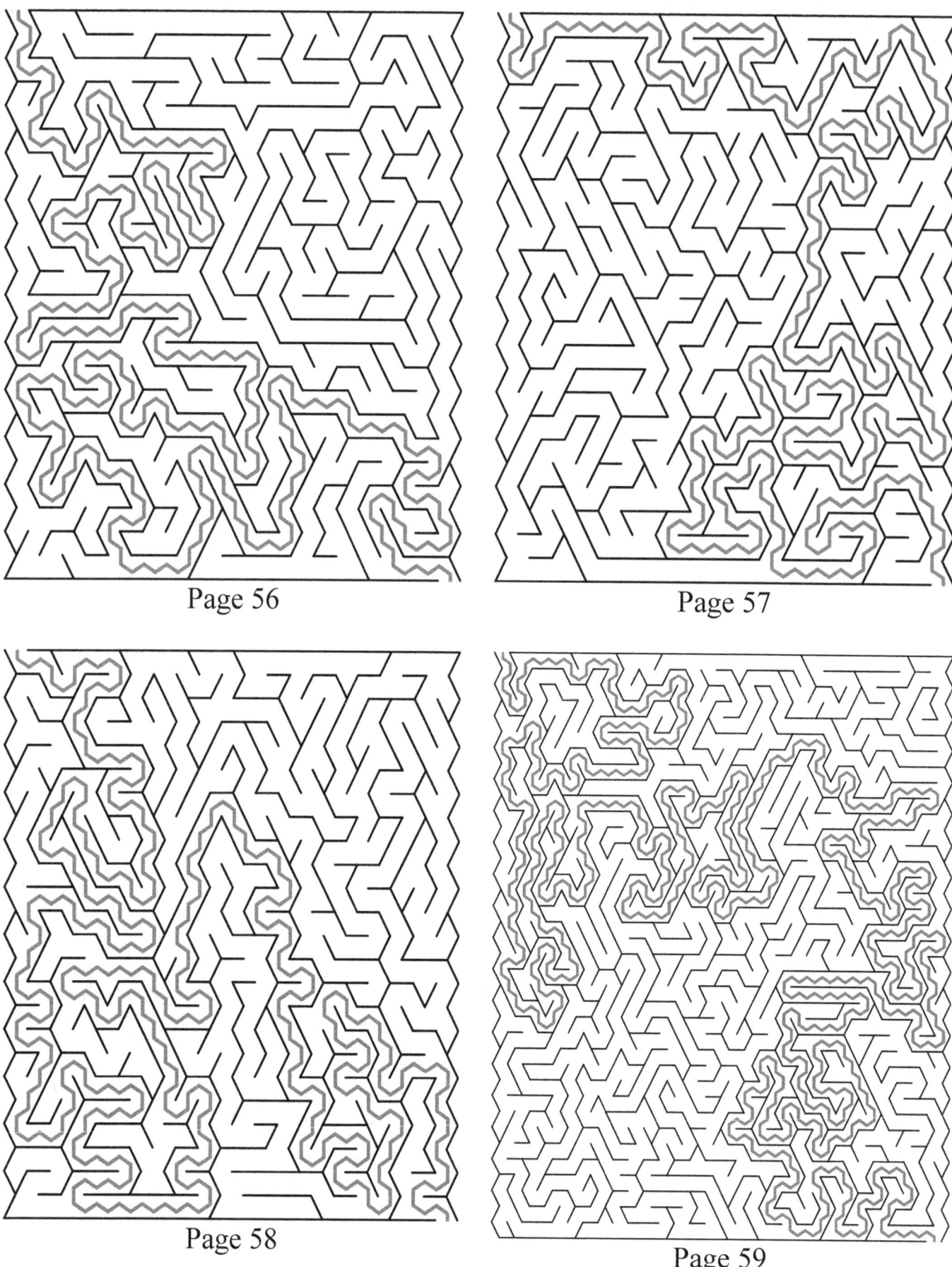

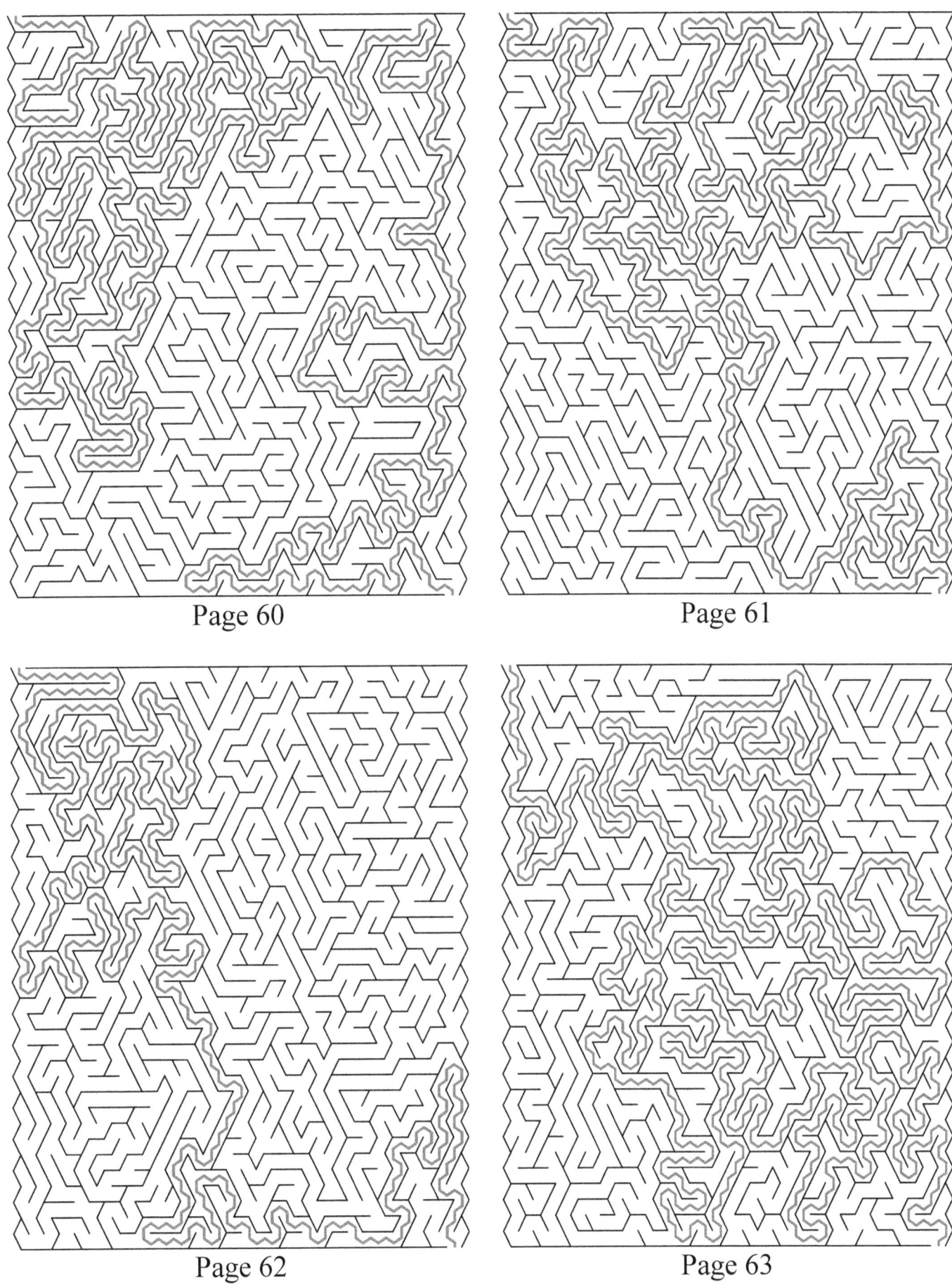

Page 60

Page 61

Page 62

Page 63

బ్రమరాల భండారం!

Page 64

Page 65

Page 66

Page 67

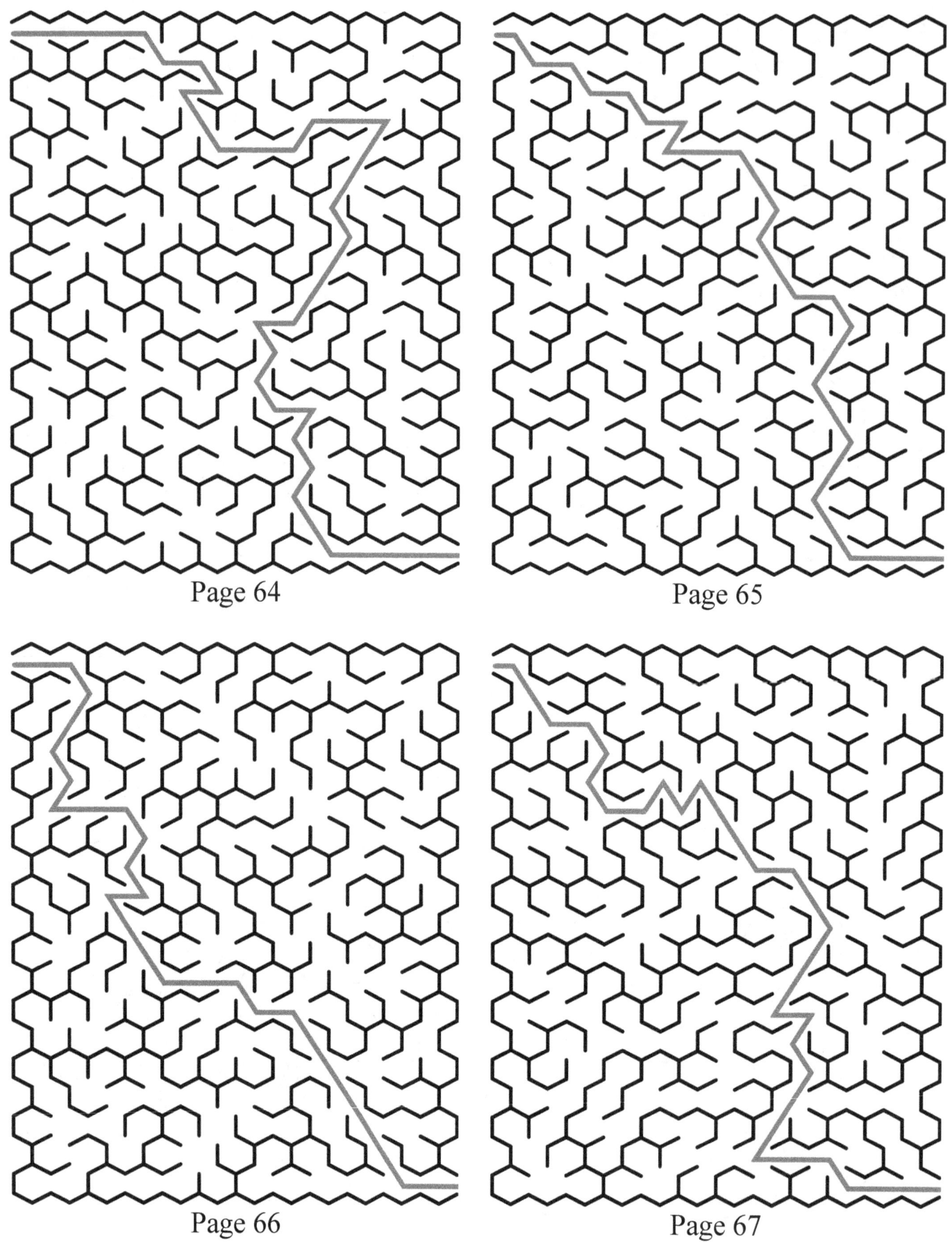

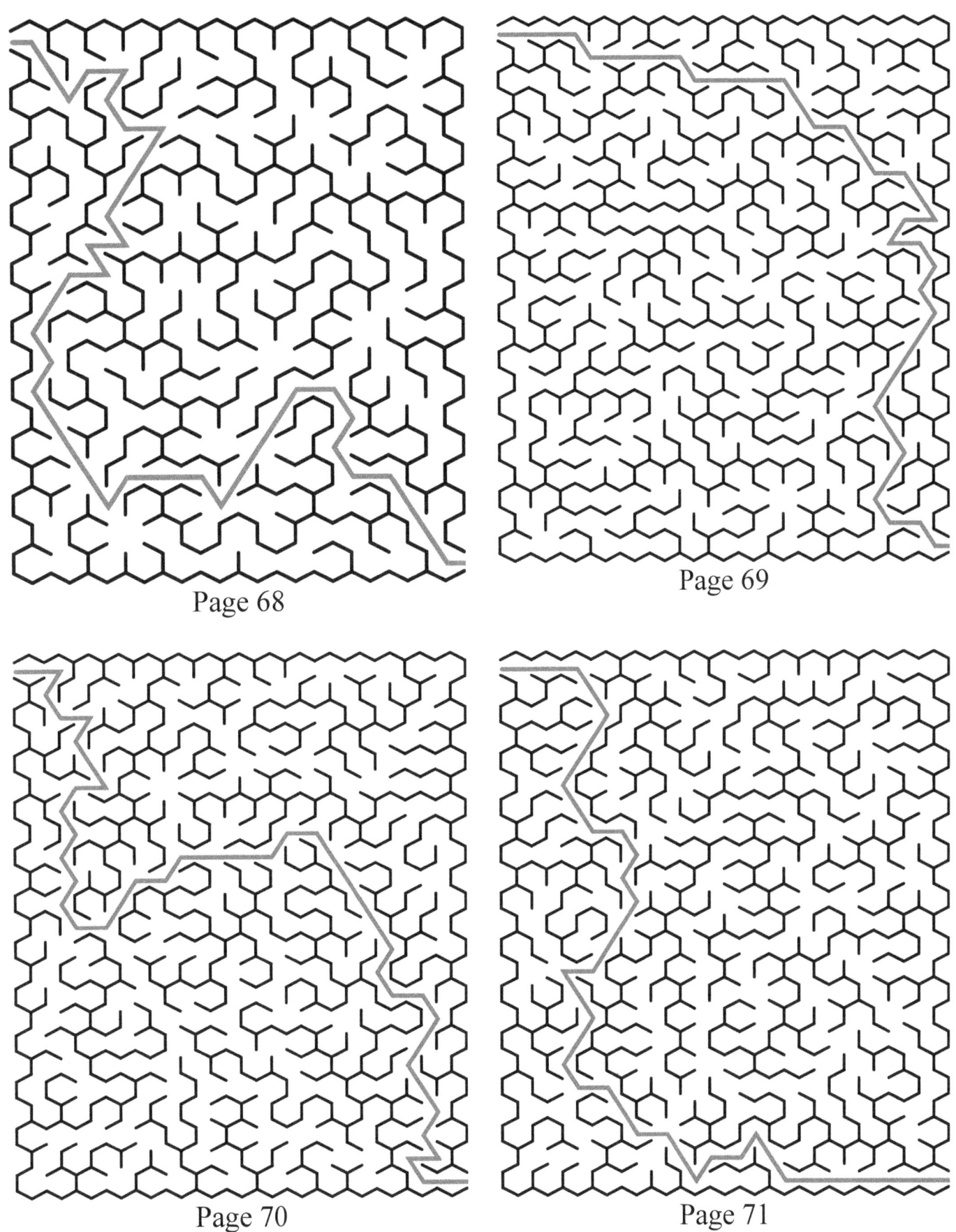

Page 68

Page 69

Page 70

Page 71

బ్రమరాల భండారం!

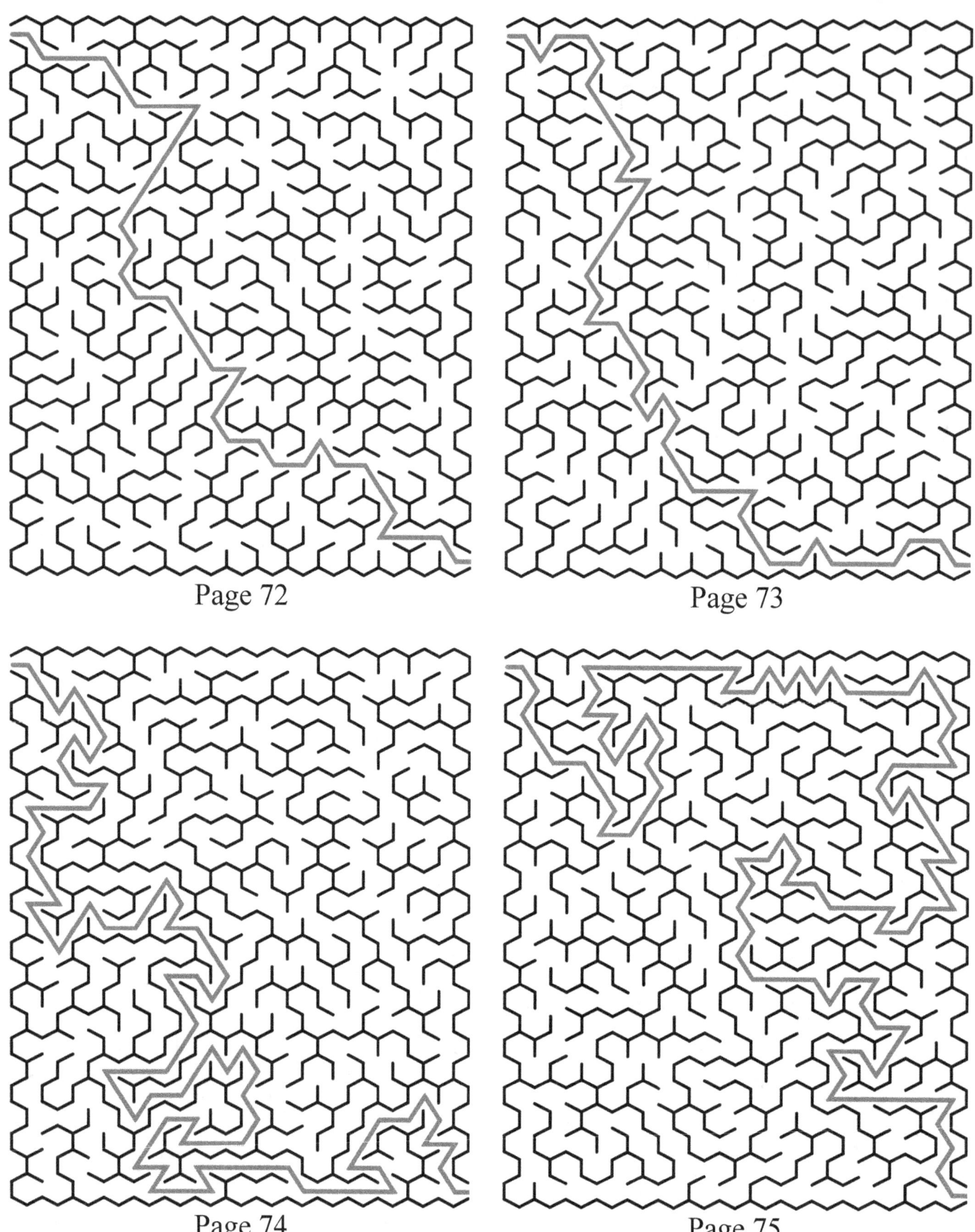

Page 72

Page 73

Page 74

Page 75

262

Page 76

Page 77

Page 78

Page 79

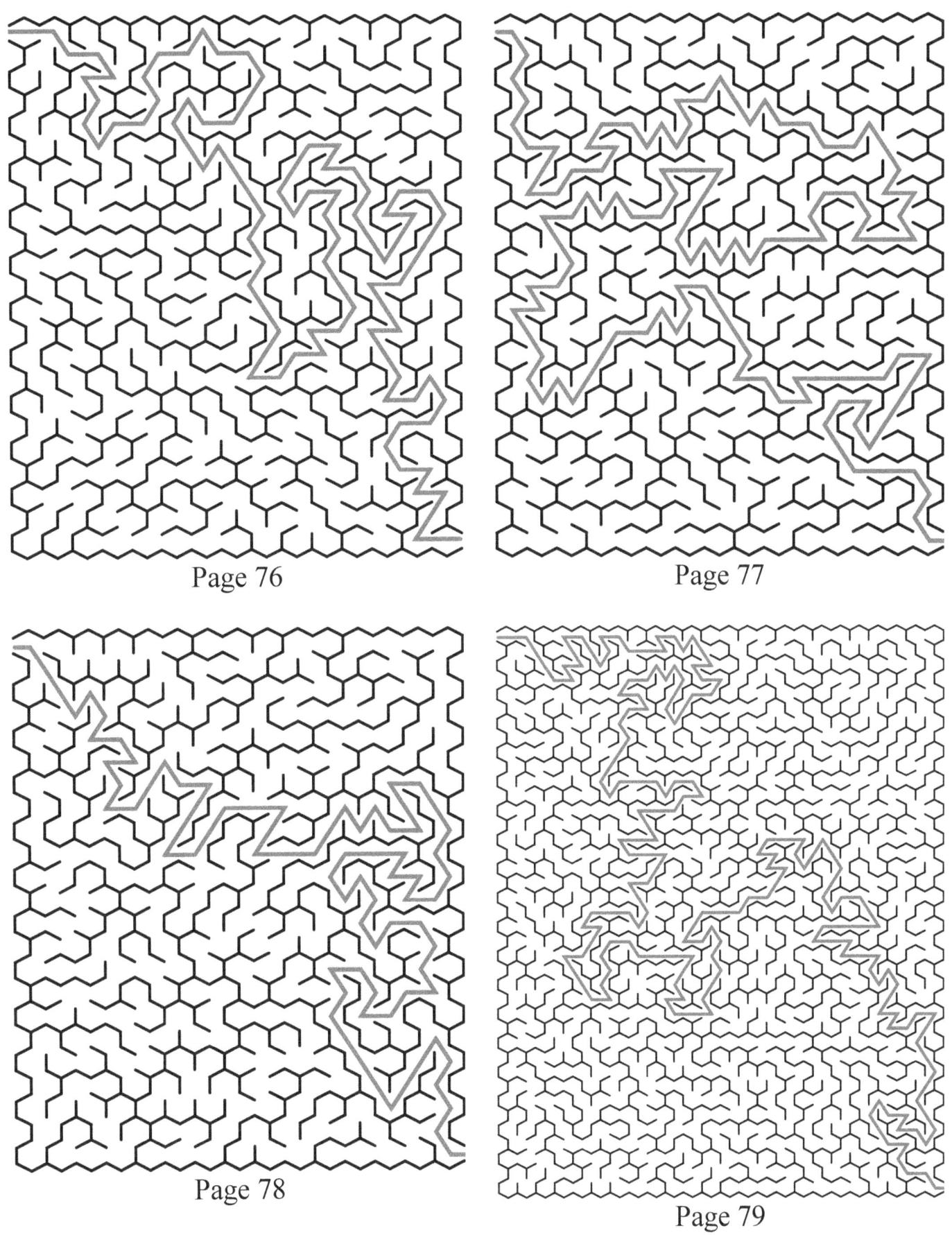

Page 80

Page 81

Page 82

Page 83

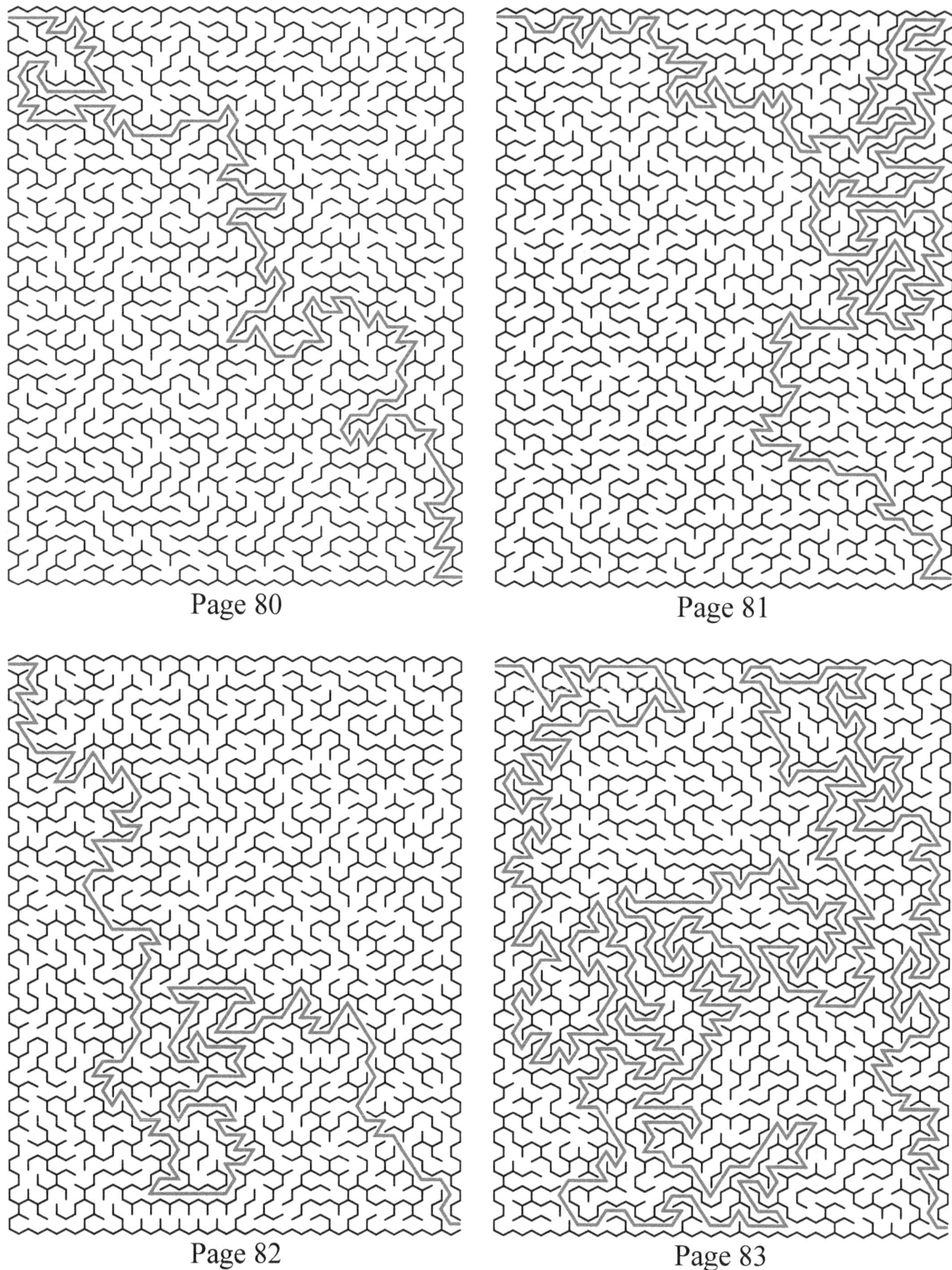

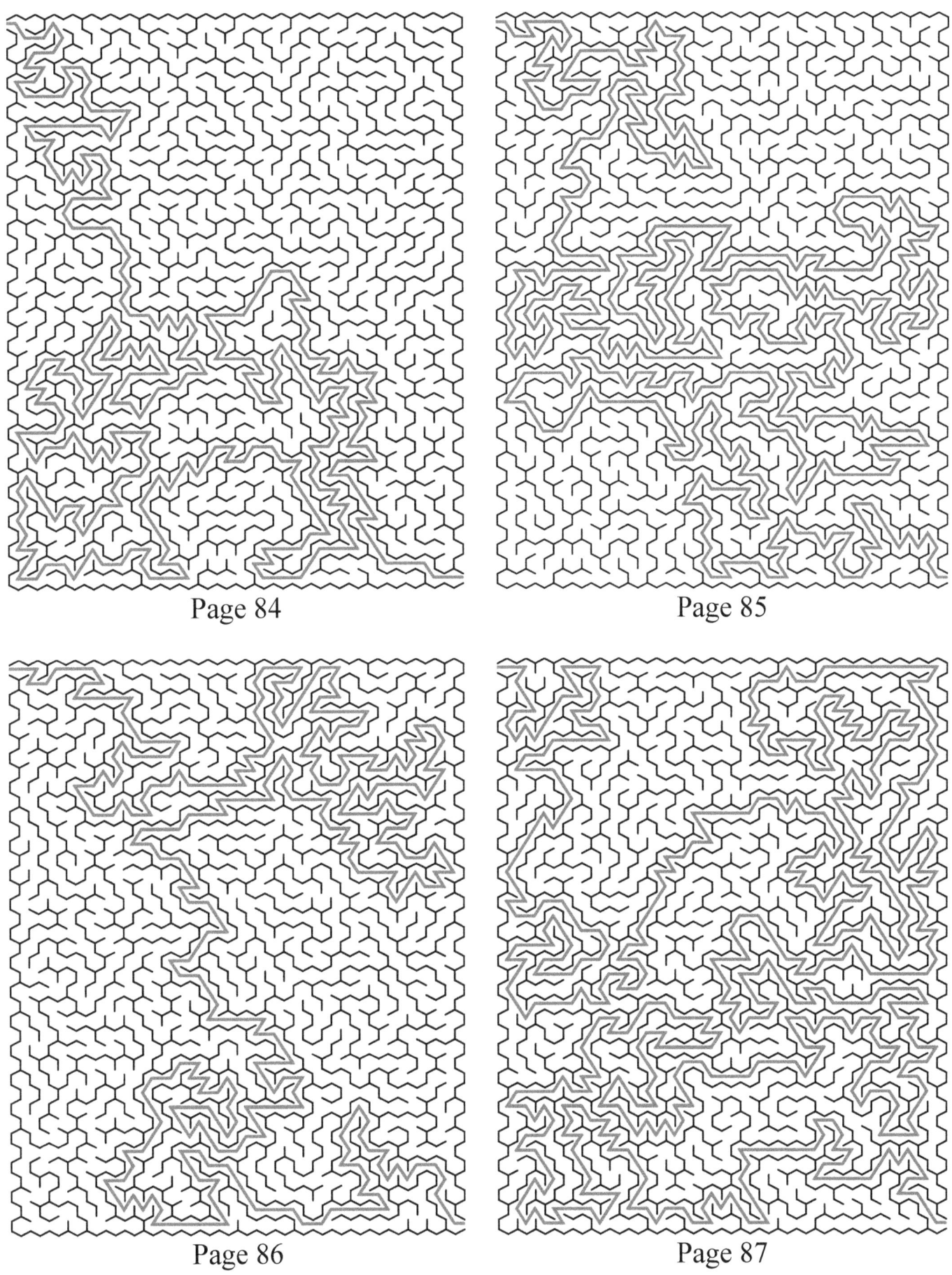

Page 84

Page 85

Page 86

Page 87

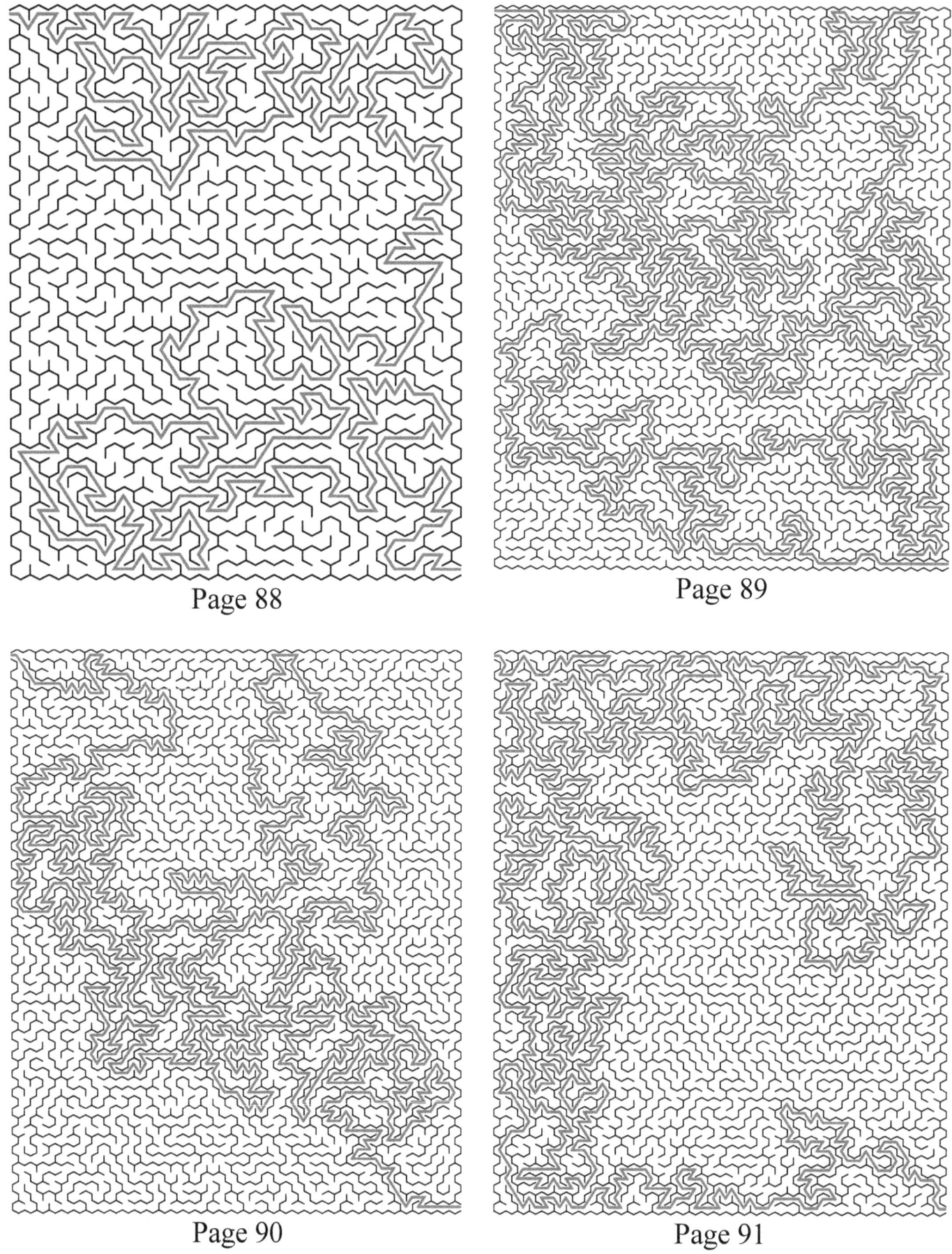

Page 88

Page 89

Page 90

Page 91

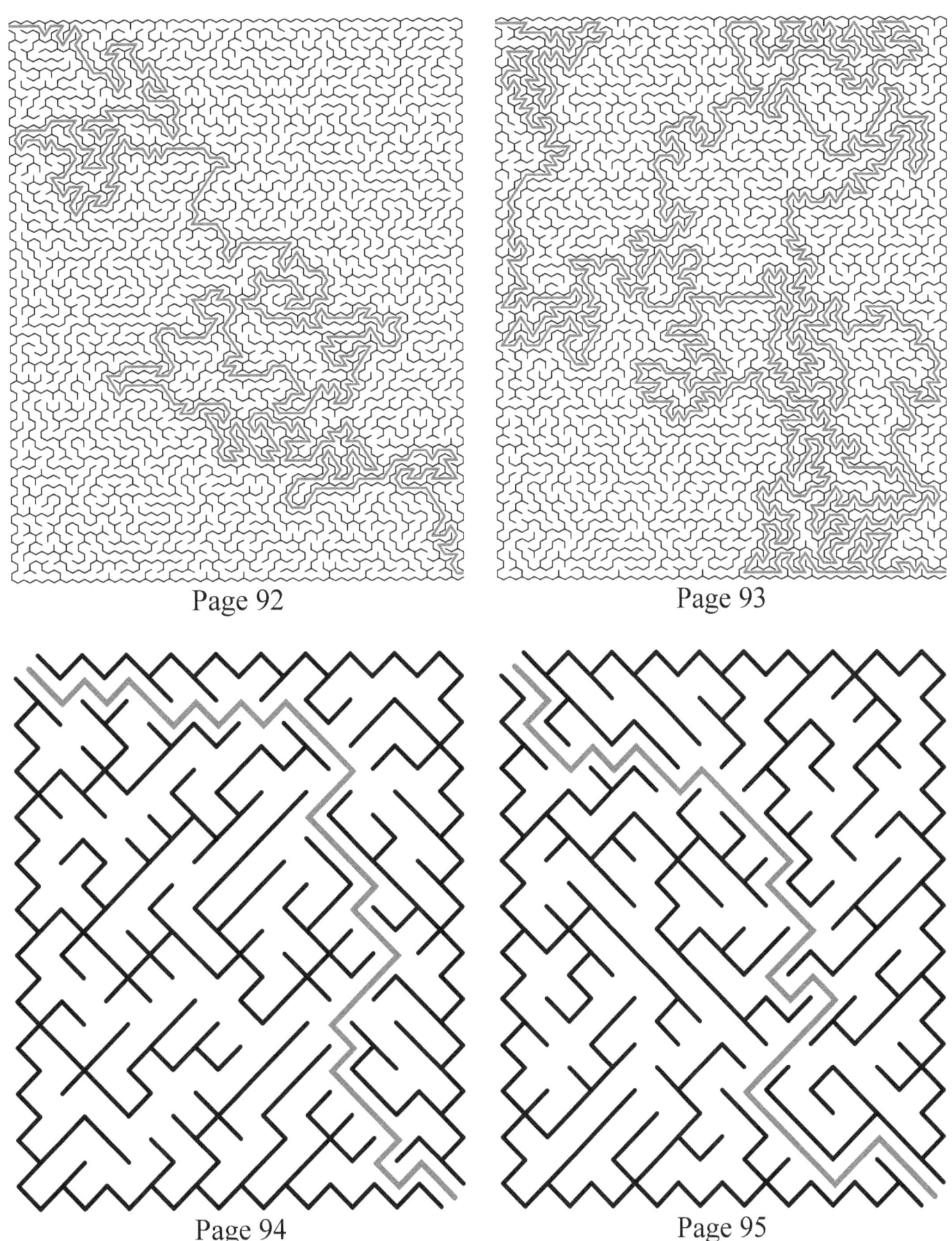

Page 92

Page 93

Page 94

Page 95

267

Page 96

Page 97

Page 98

Page 99

Page 100

Page 101

Page 102

Page 103

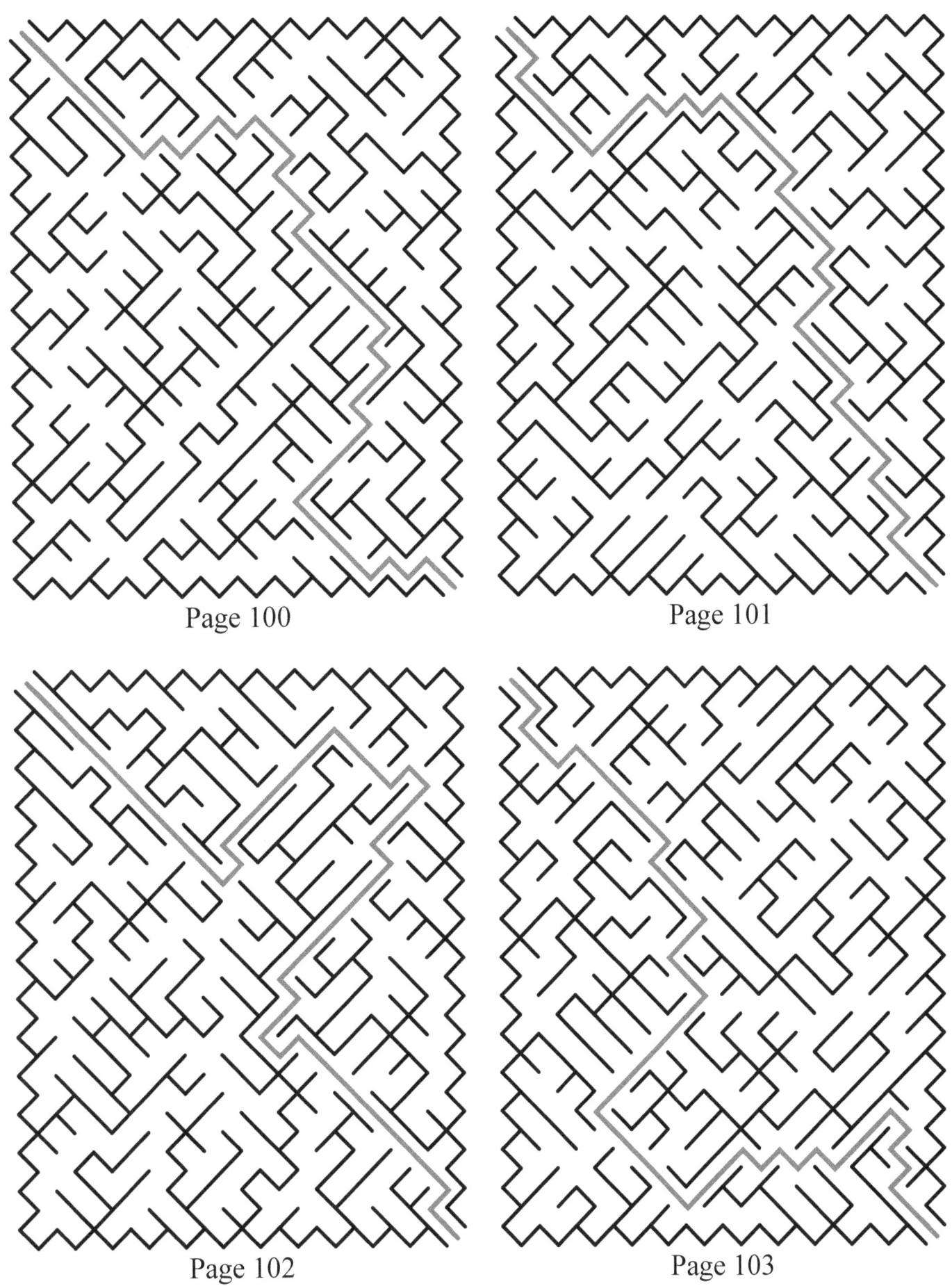

Page 104

Page 105

Page 106

Page 107

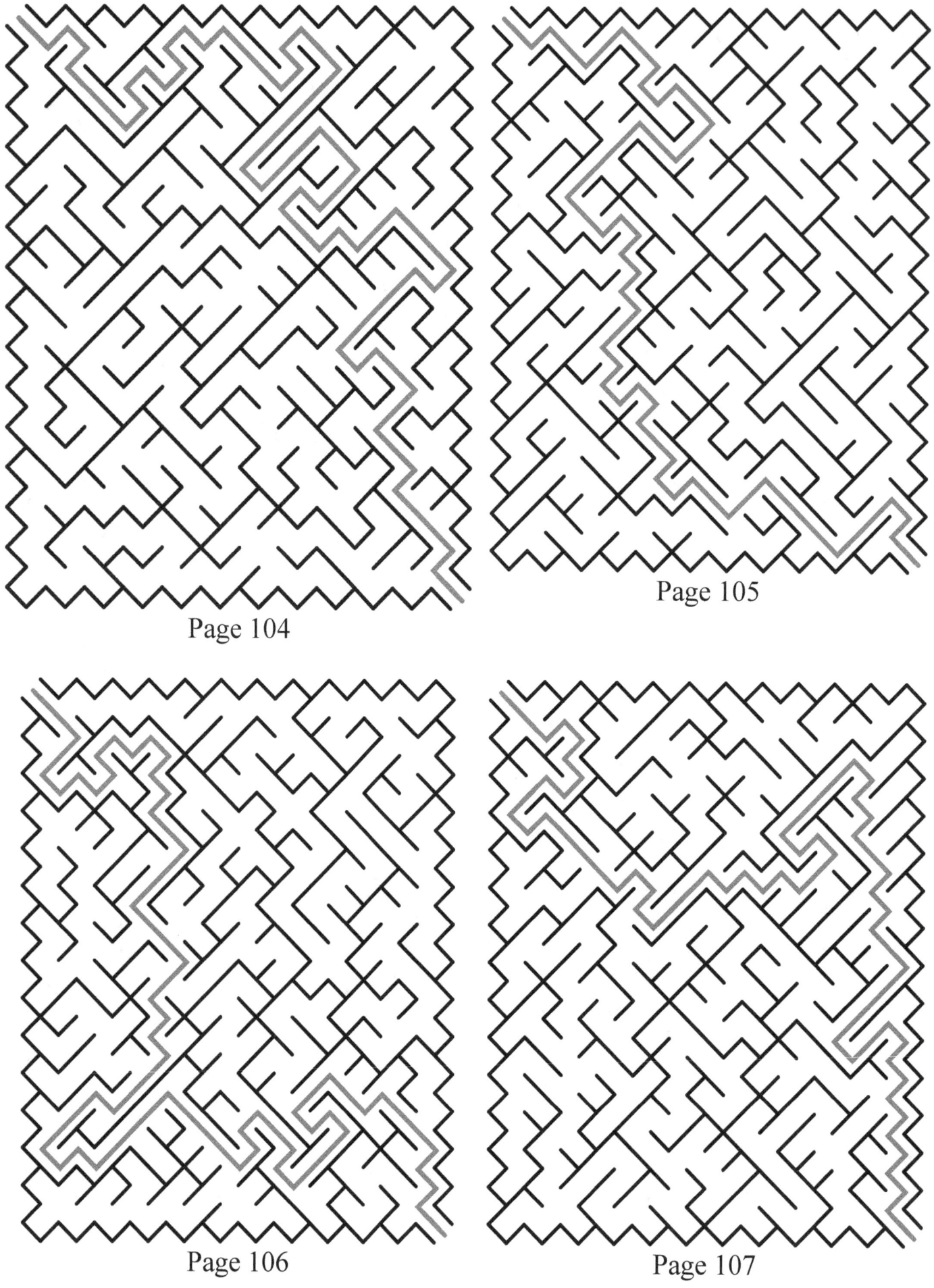

Page 108

Page 109

Page 110

Page 111

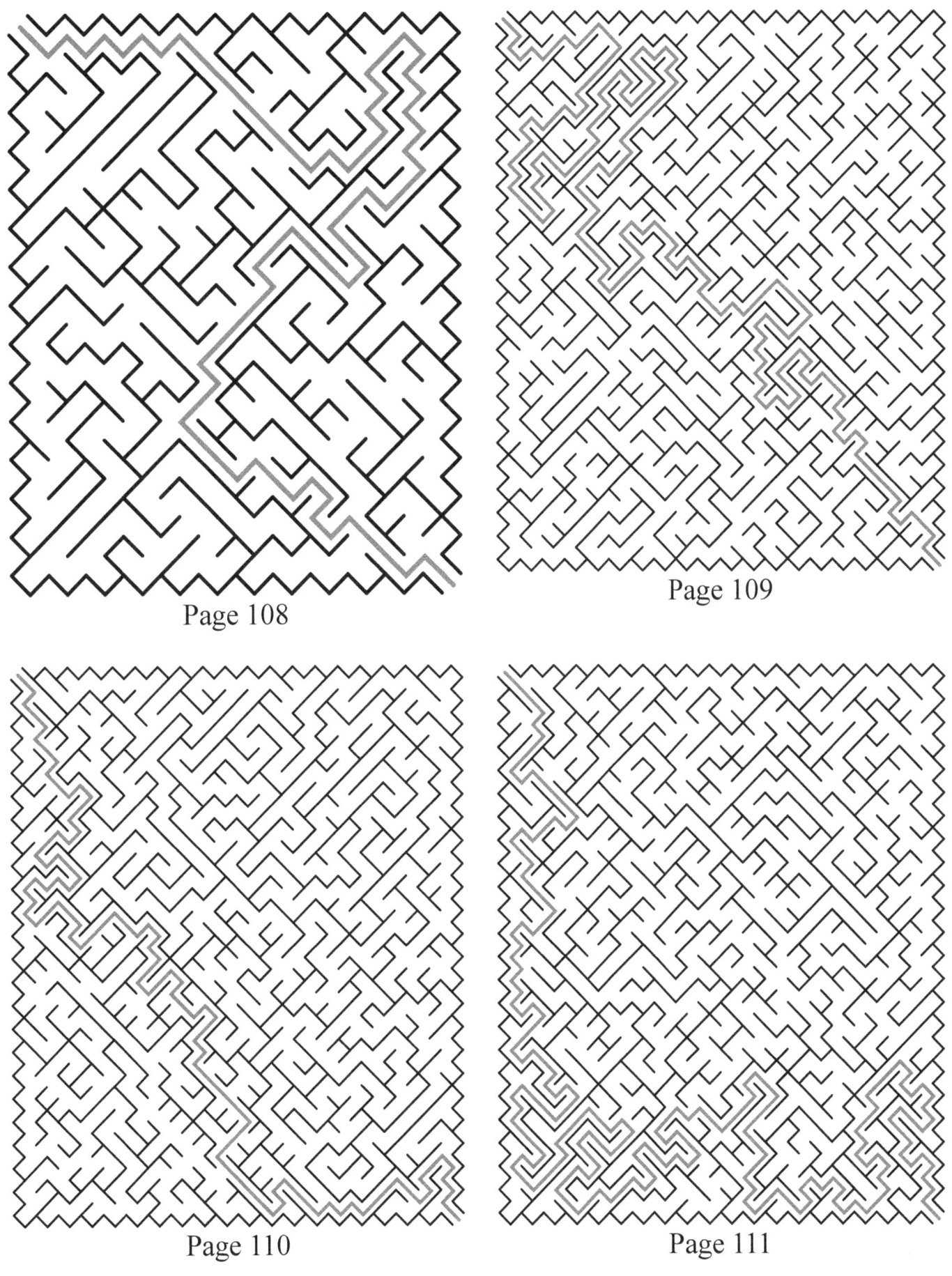

Page 112

Page 113

Page 114

Page 115

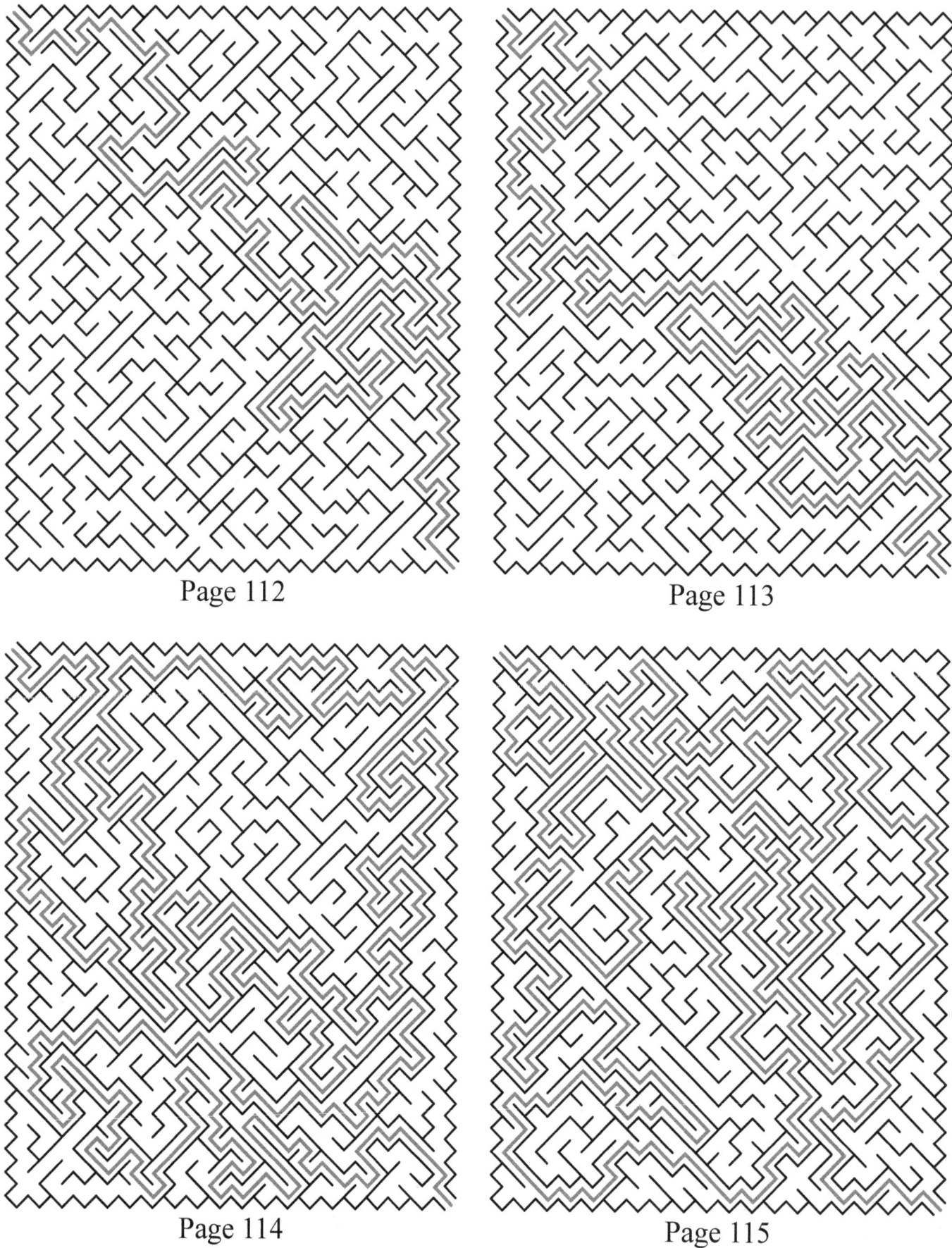

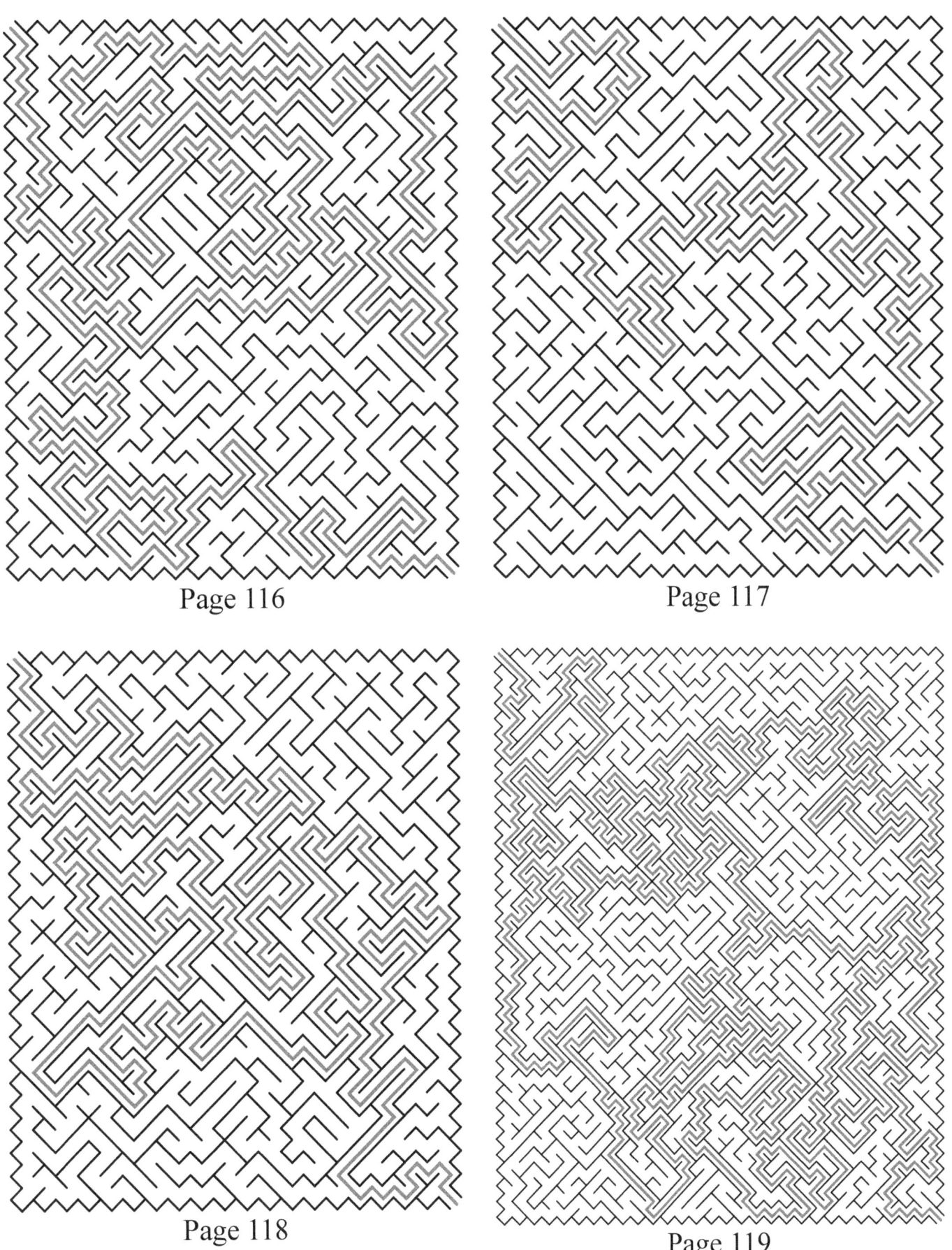

Page 116

Page 117

Page 118

Page 119

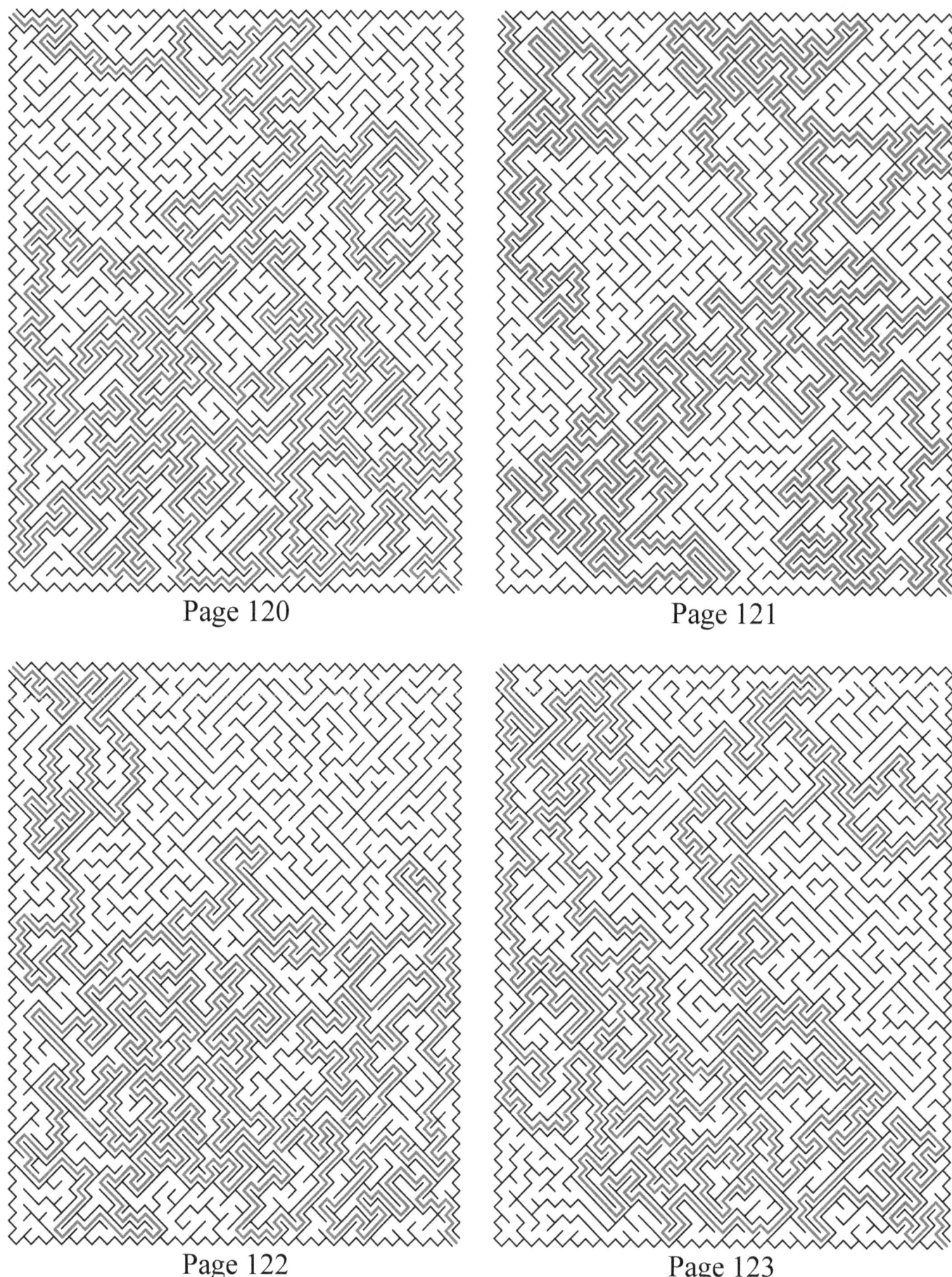

Page 120 Page 121

Page 122 Page 123

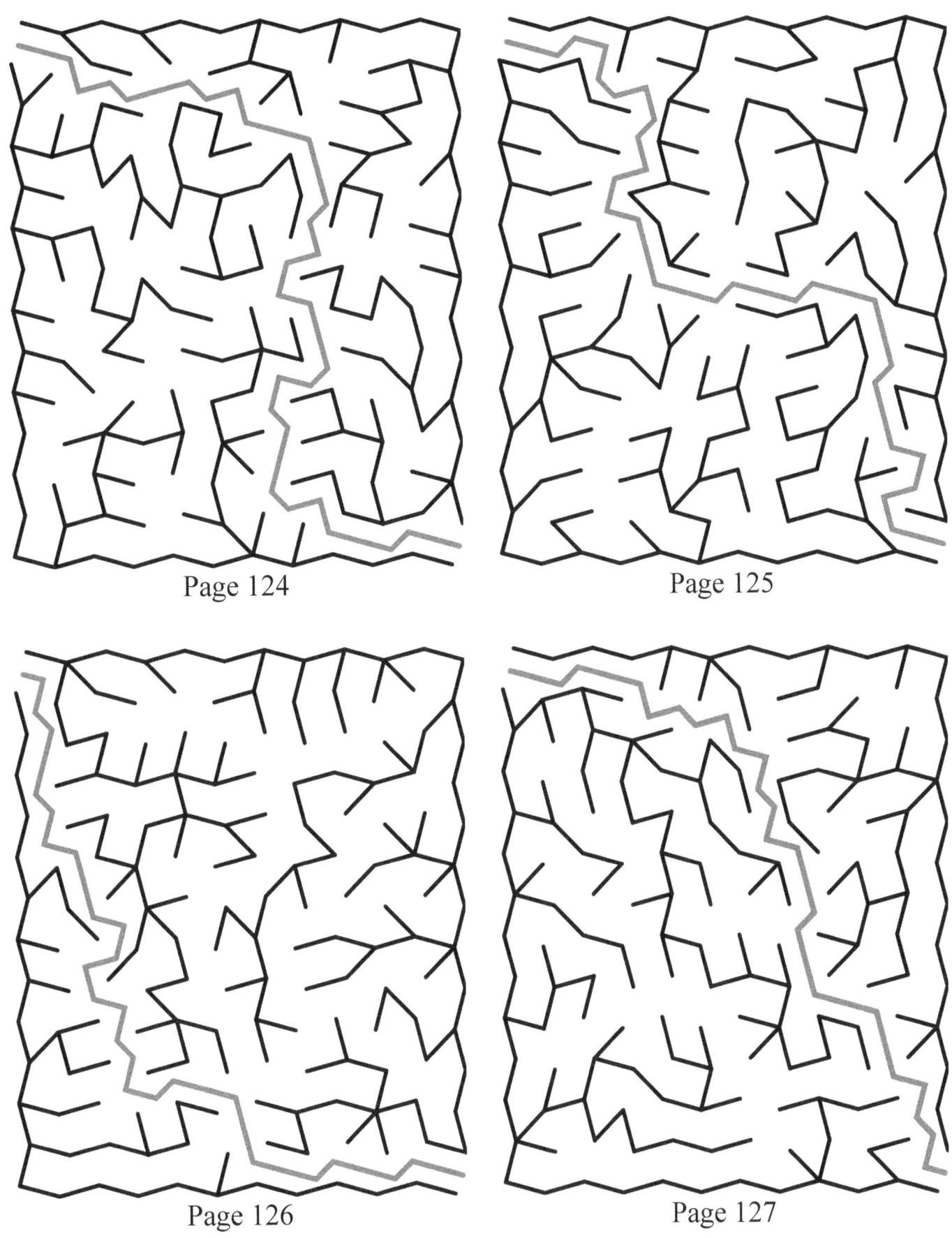

Page 124

Page 125

Page 126

Page 127

బ్రమరాల భండారం!

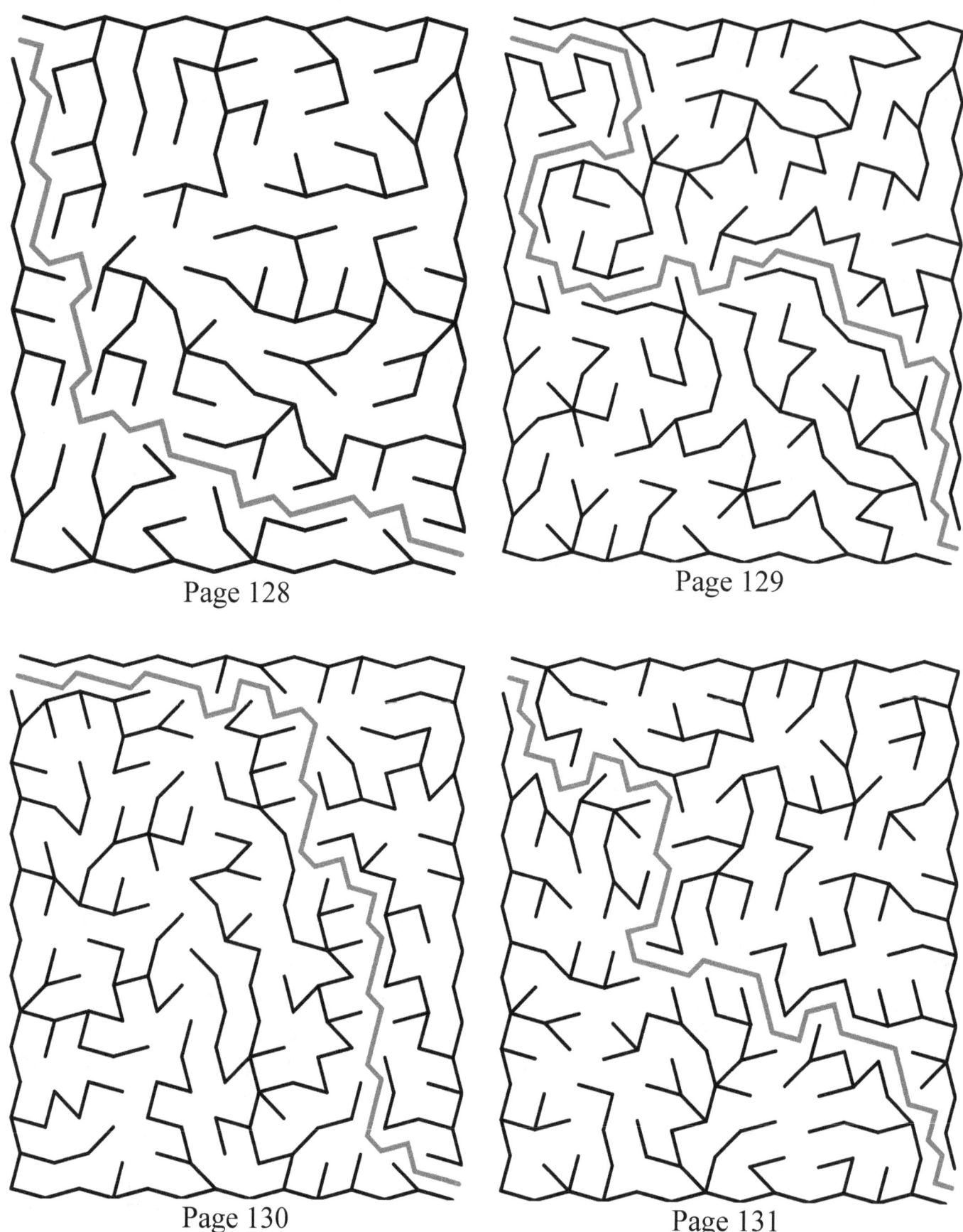

Page 128

Page 129

Page 130

Page 131

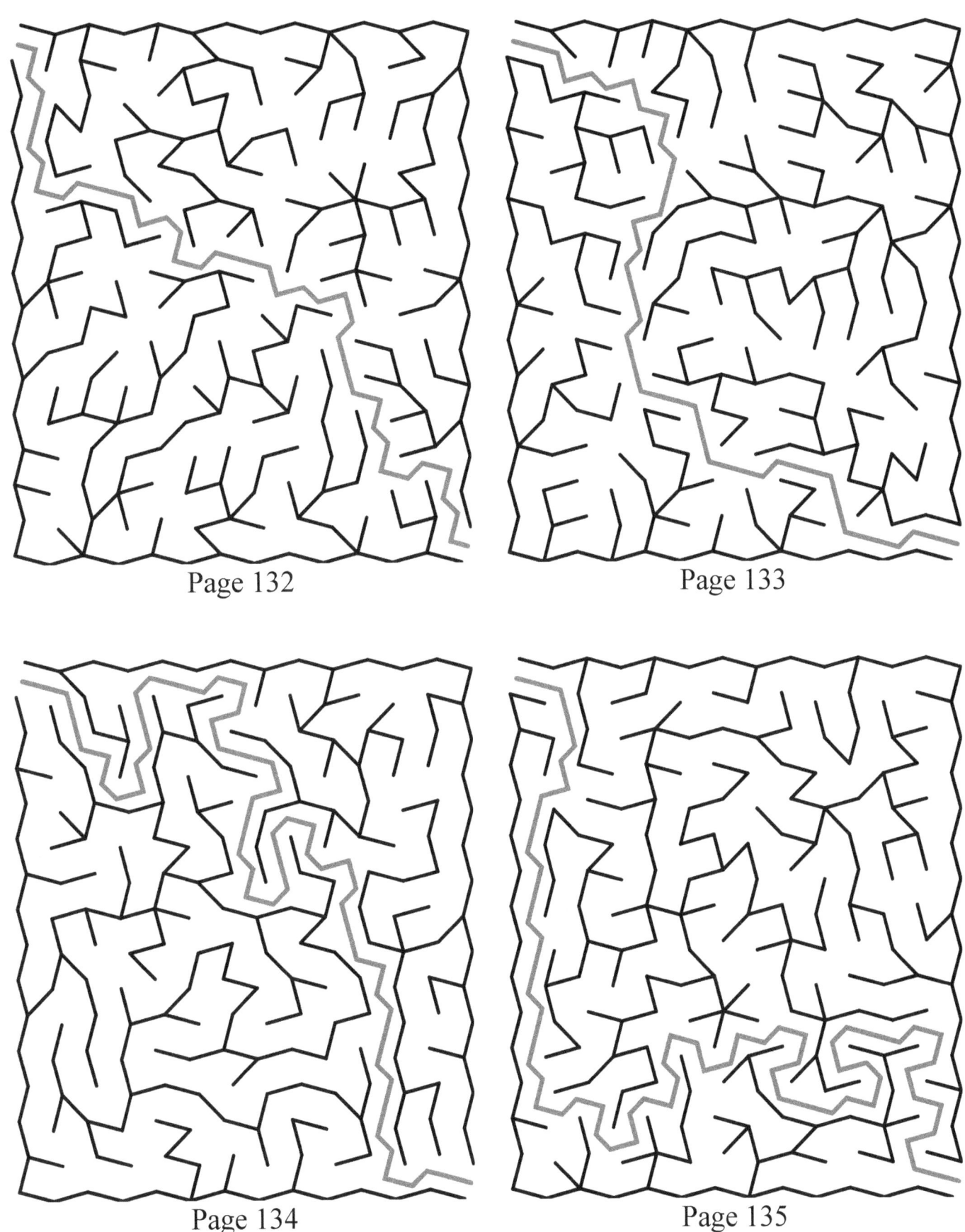

Page 132

Page 133

Page 134

Page 135

భ్రమరాల భండారం!

Page 136

Page 137

Page 138

Page 139

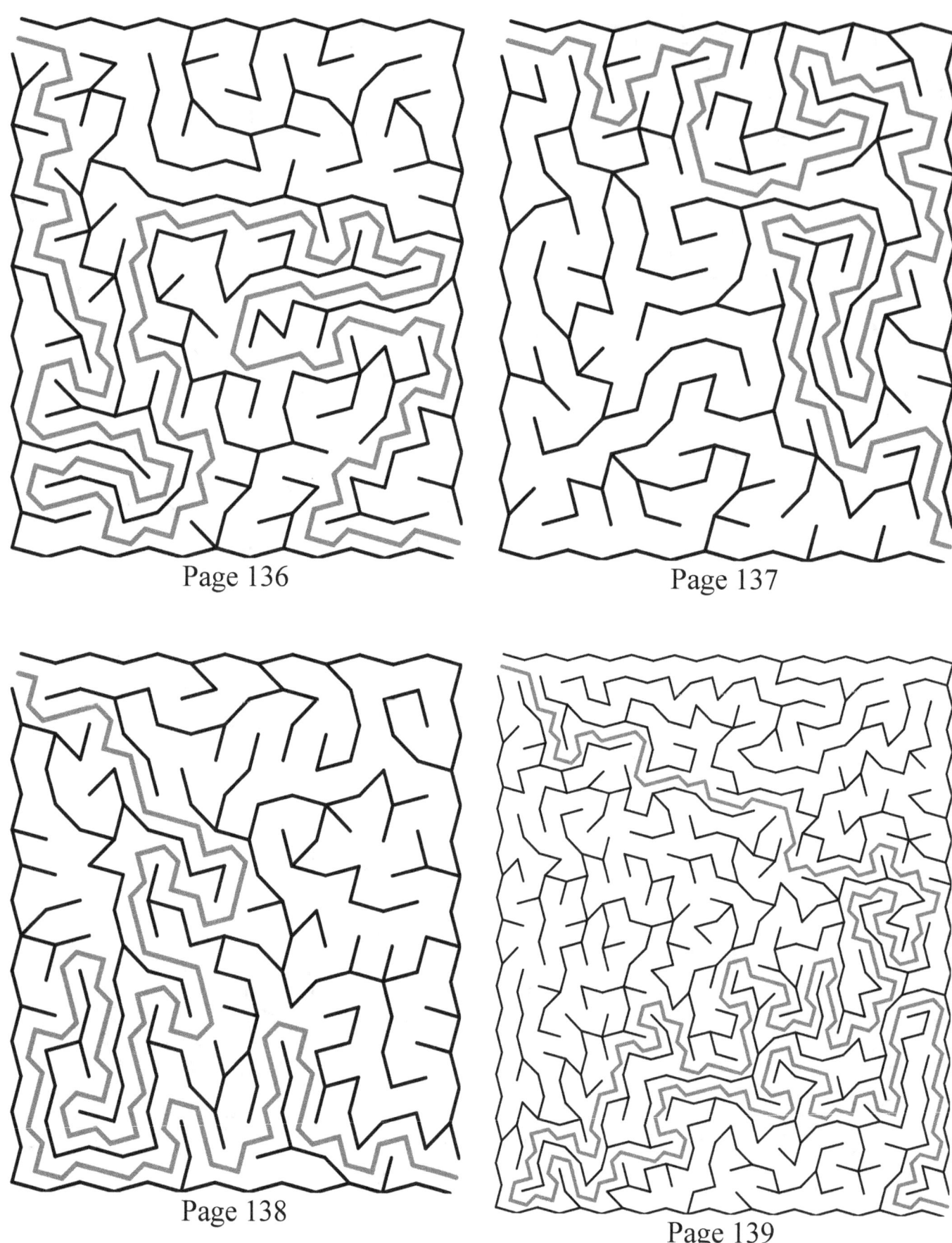

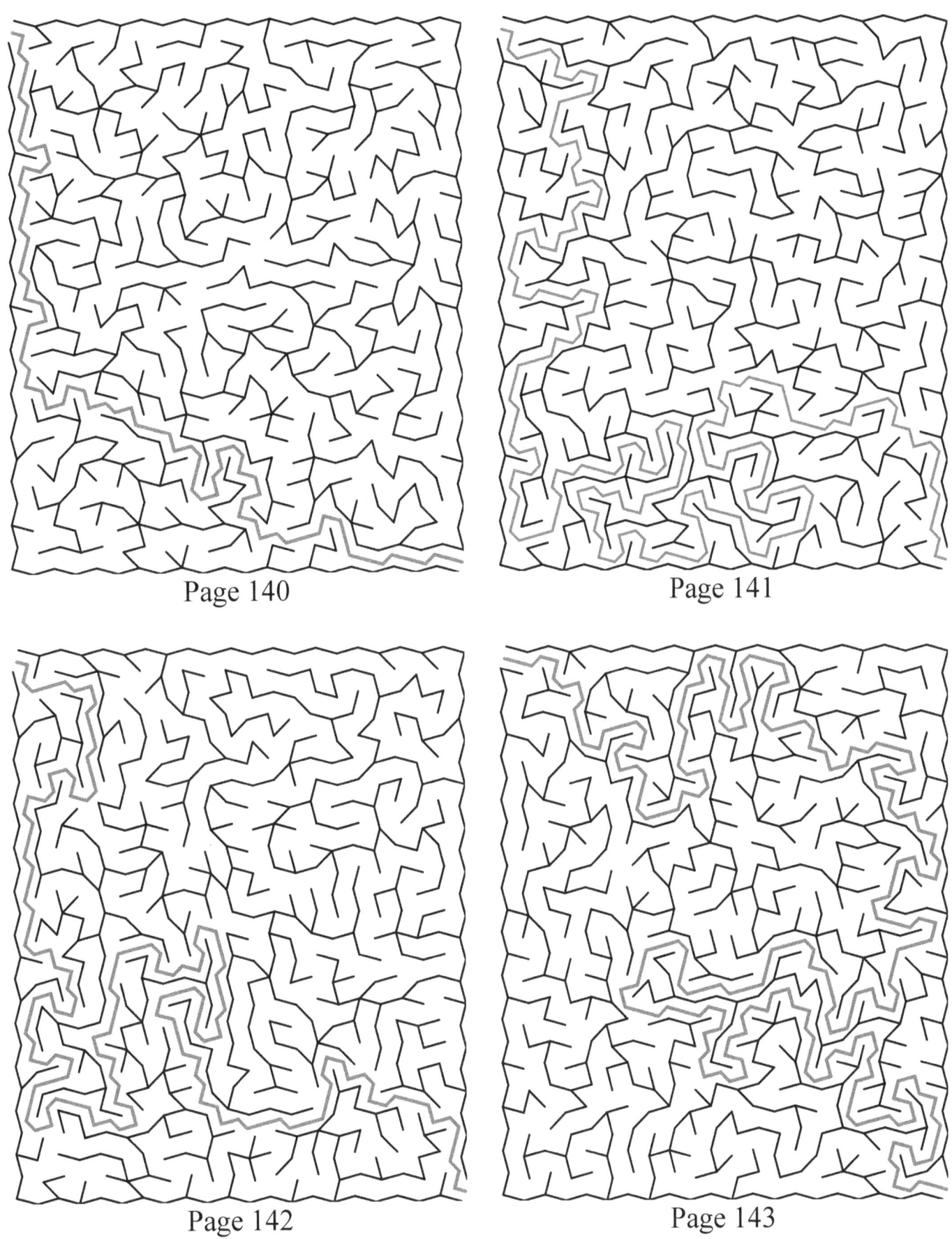

Page 140

Page 141

Page 142

Page 143

బ్రమరాల భండారం!

Page 144

Page 145

Page 146

Page 147

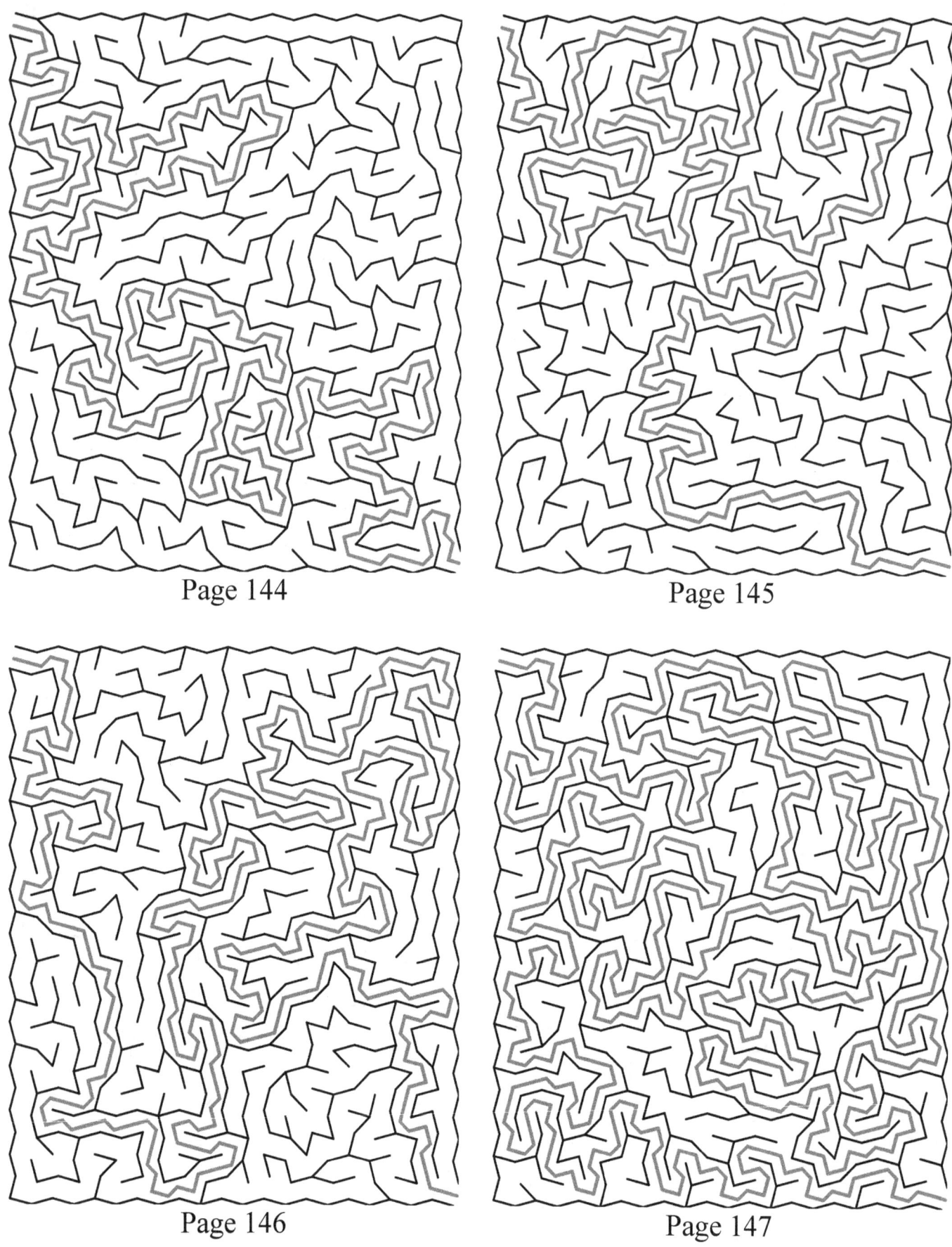

Page 148

Page 149

Page 150

Page 151

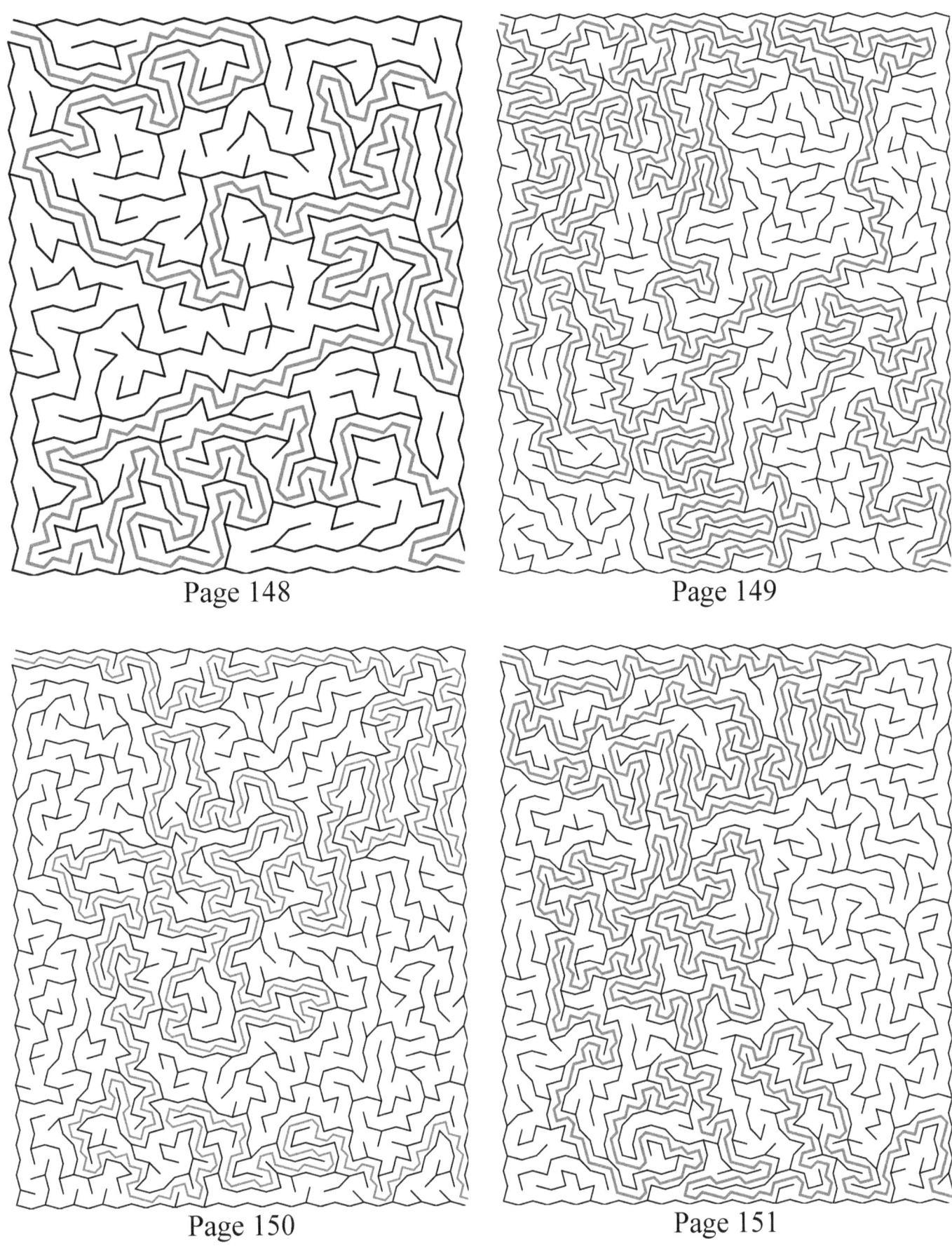

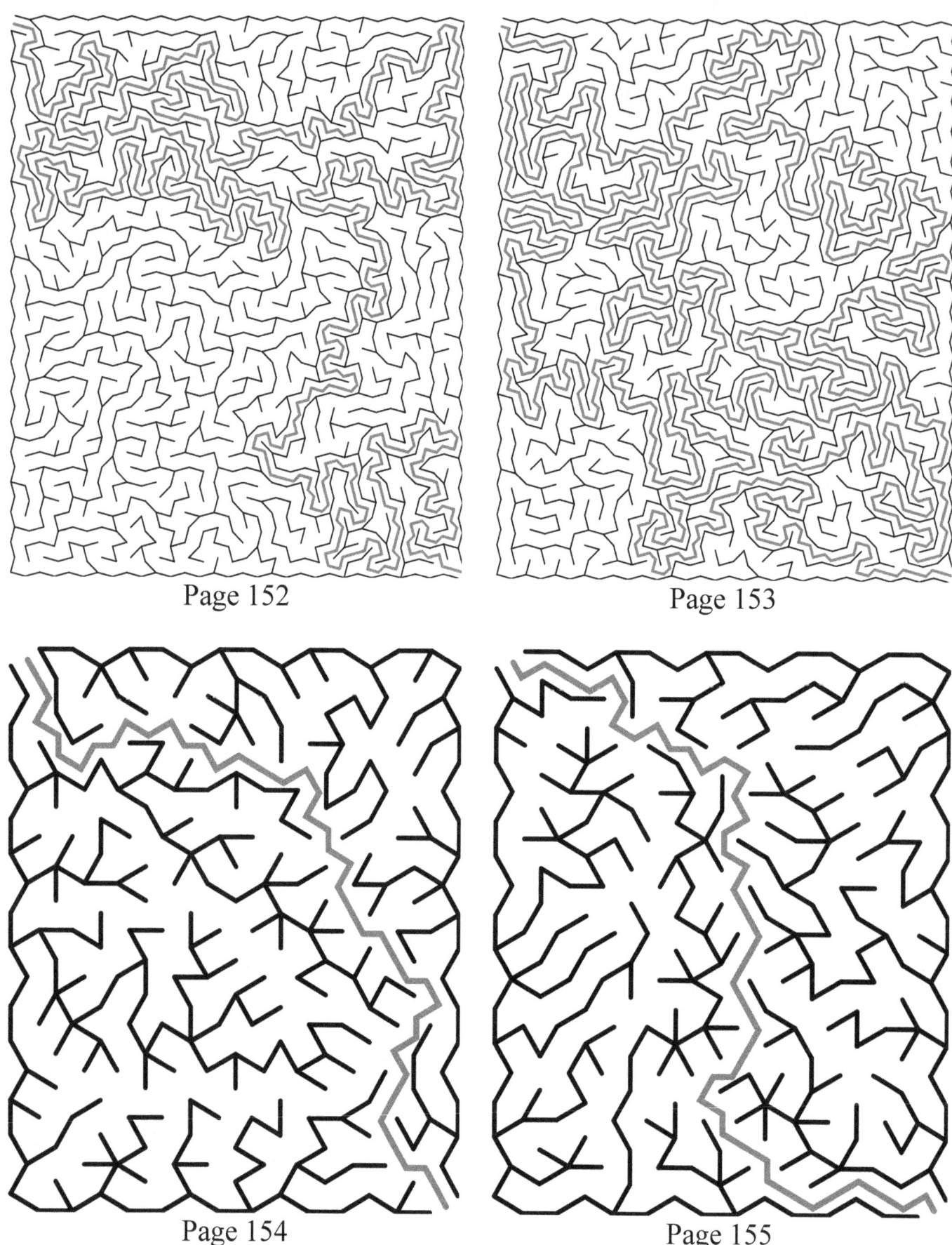

Page 152
Page 153
Page 154
Page 155

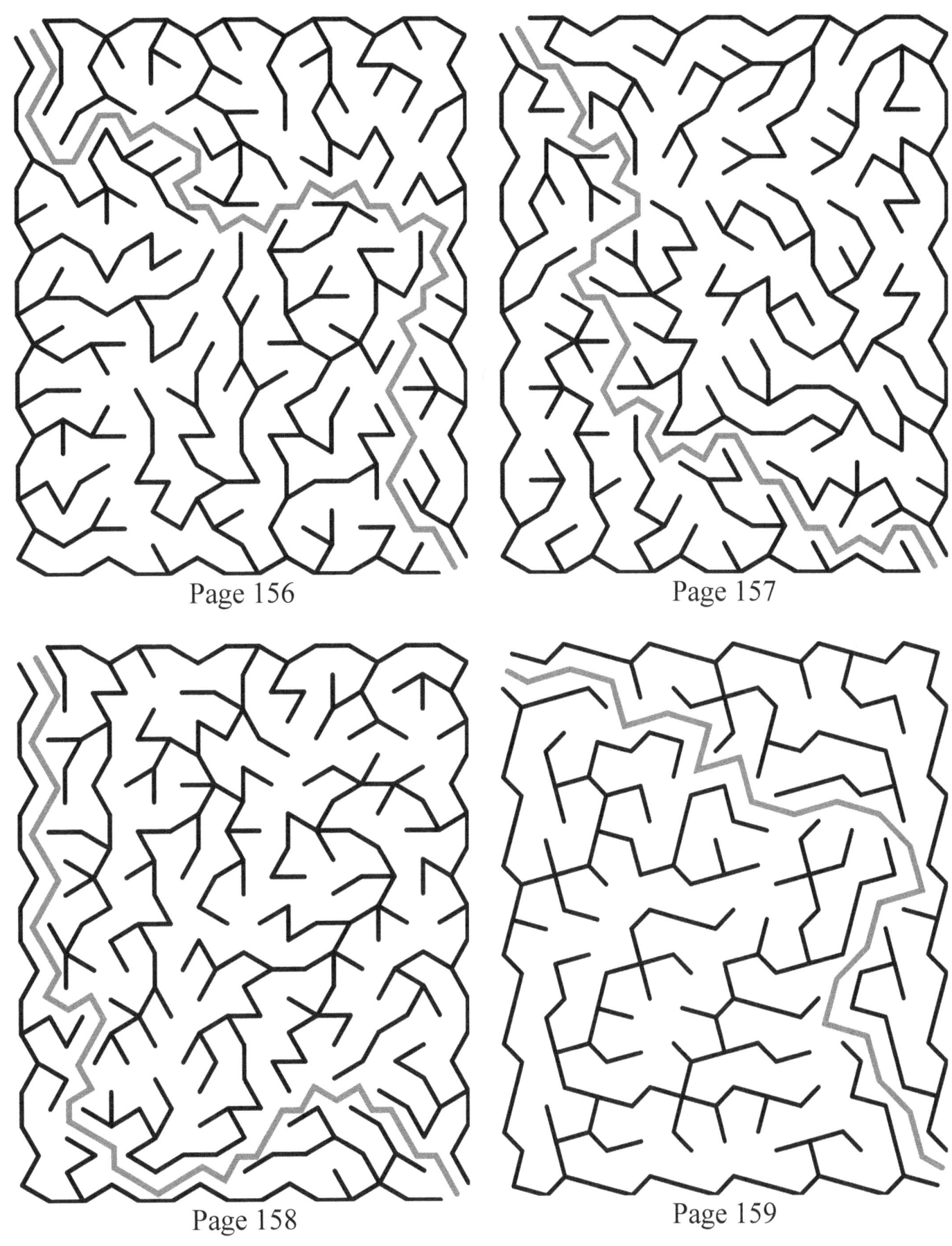

Page 156

Page 157

Page 158

Page 159

Page 160

Page 161

Page 162

Page 163

Page 164

Page 165

Page 166

Page 167

బ్రమరాల భండారం!

Page 168

Page 169

Page 170

Page 171

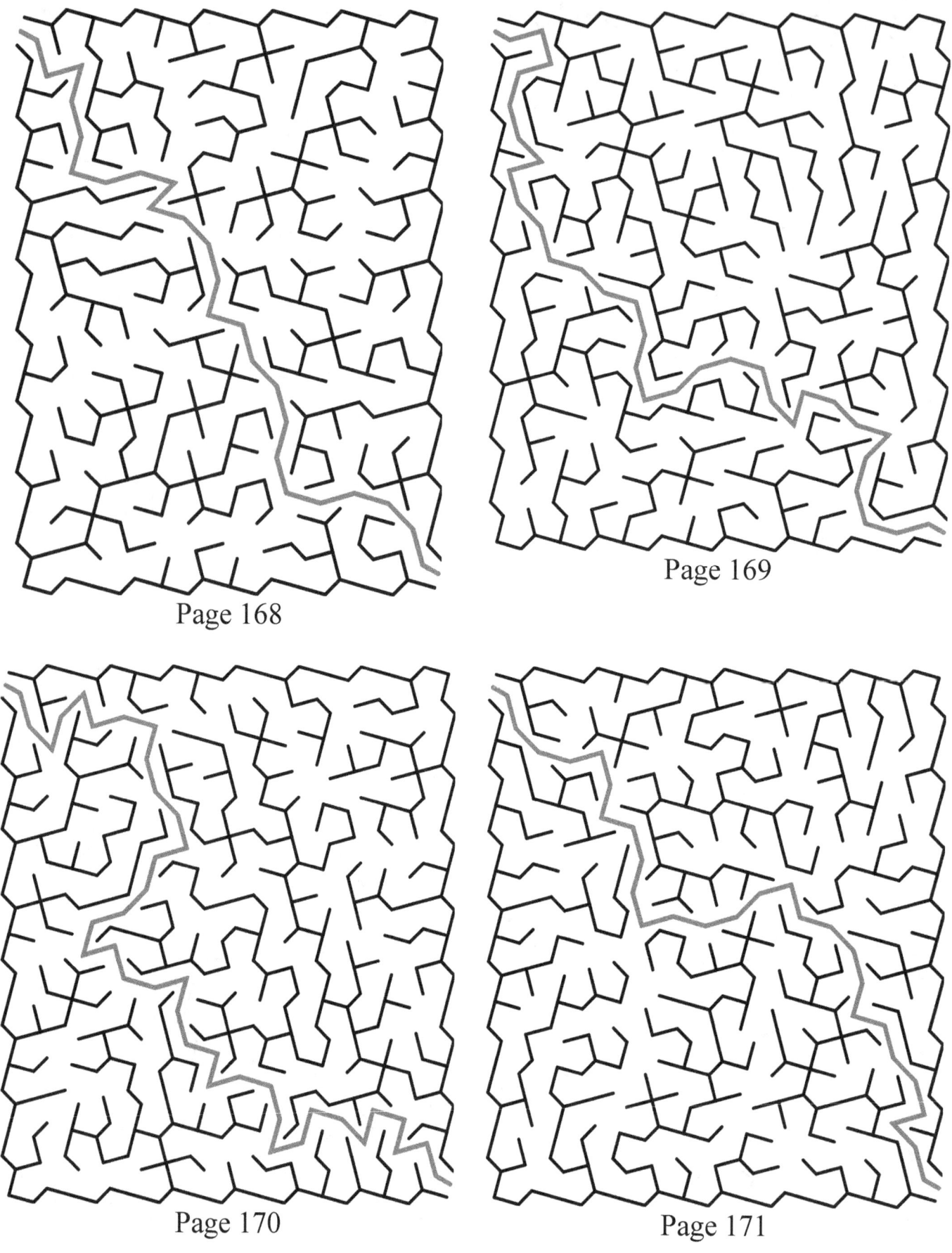

Page 172
Page 173
Page 174
Page 175

బ్రమరాల భండారం!

Page 176

Page 177

Page 178

Page 179

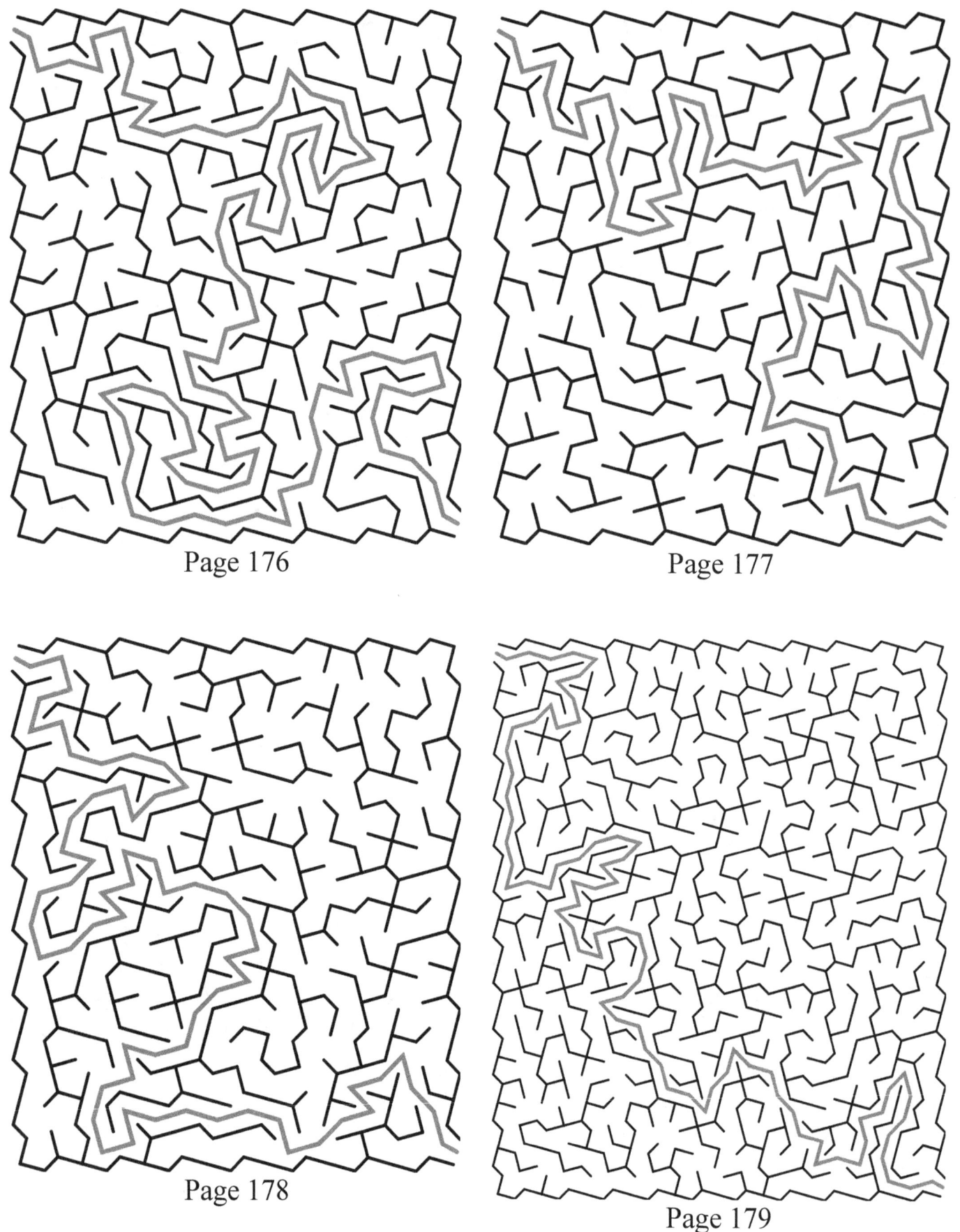

Page 180

Page 181

Page 182

Page 183

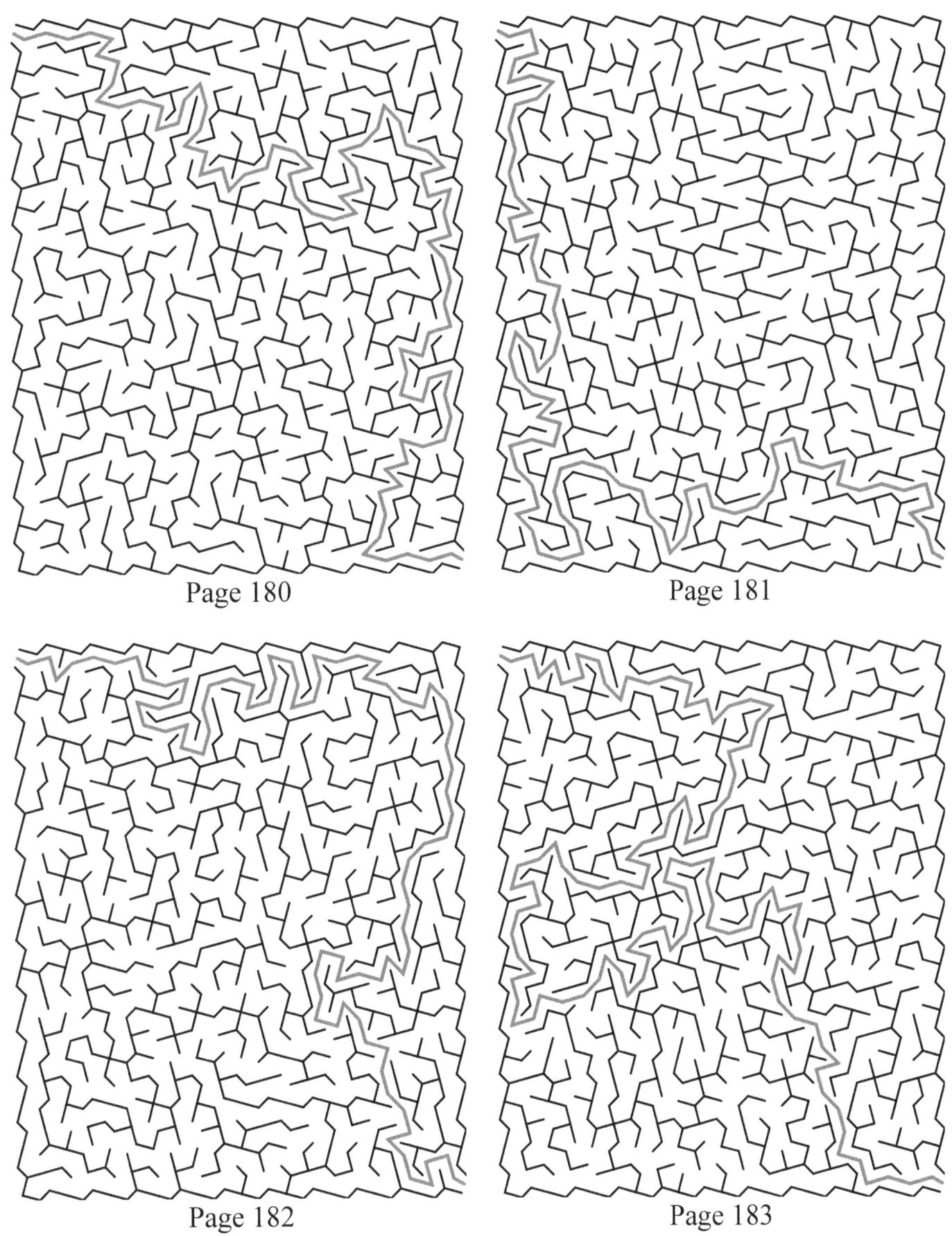

Page 184

Page 185

Page 186

Page 187

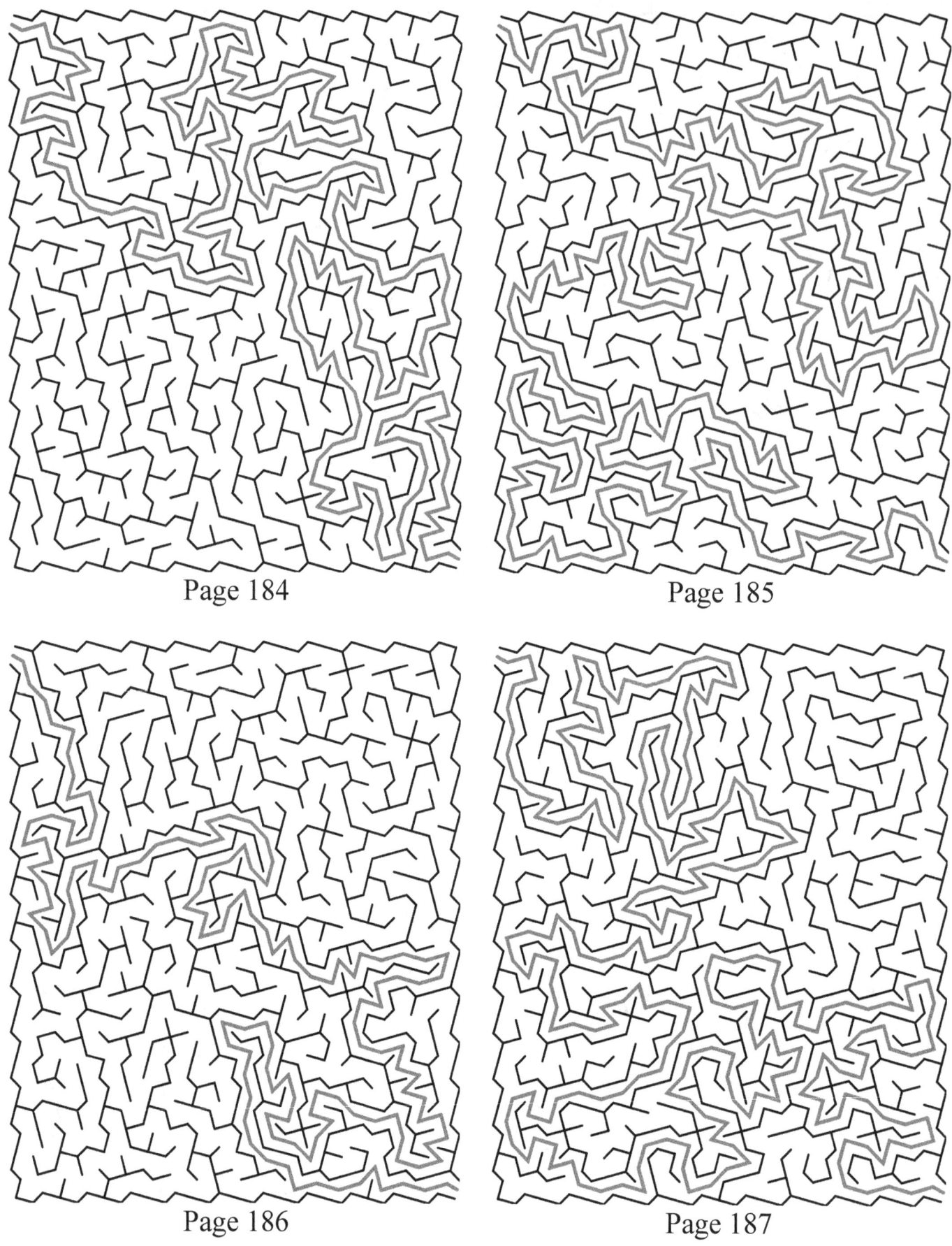

Page 188

Page 189

Page 190

Page 191

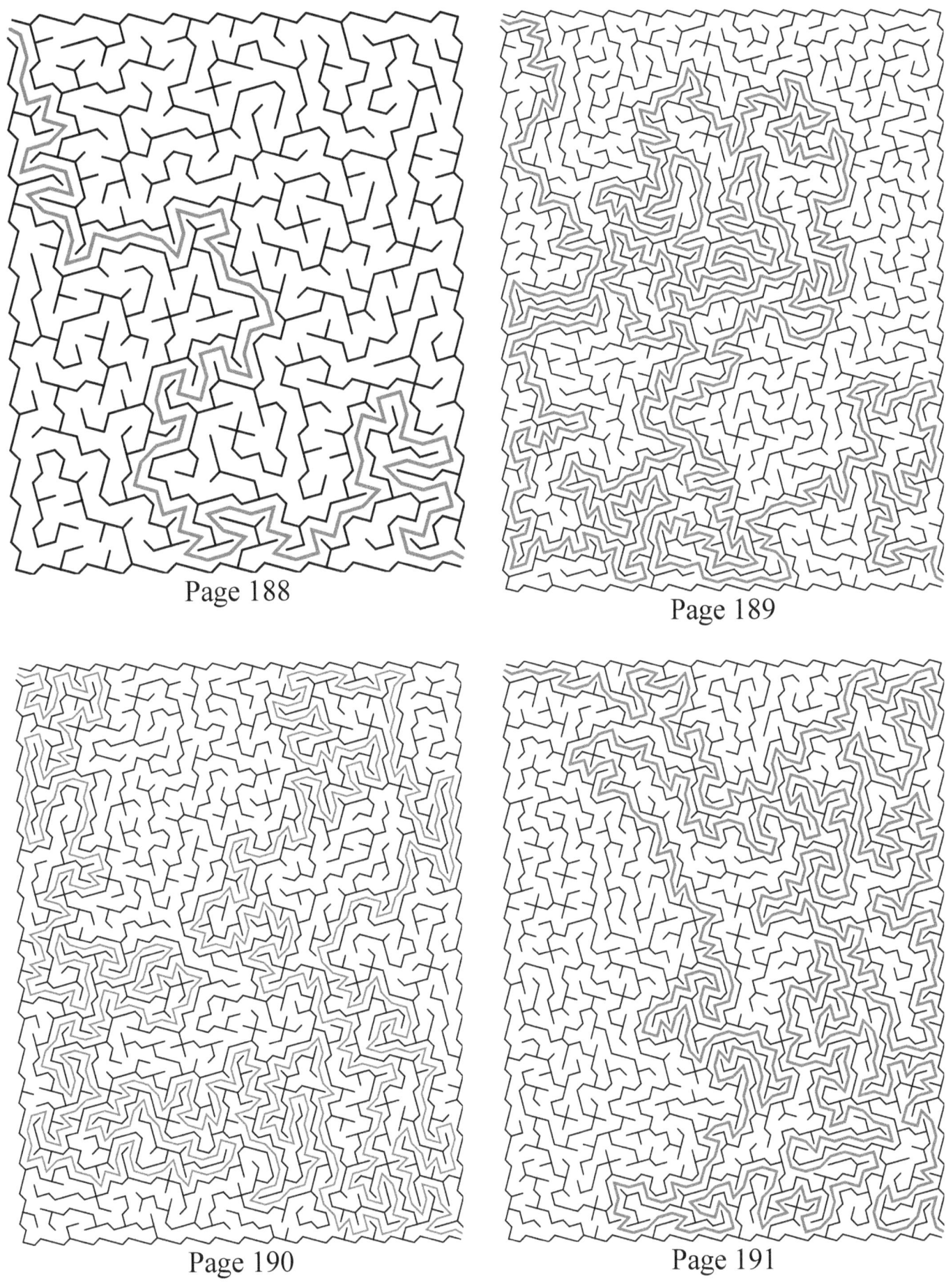

Page 192 Page 193

Page 194 Page 195

భమరాల భండారం!

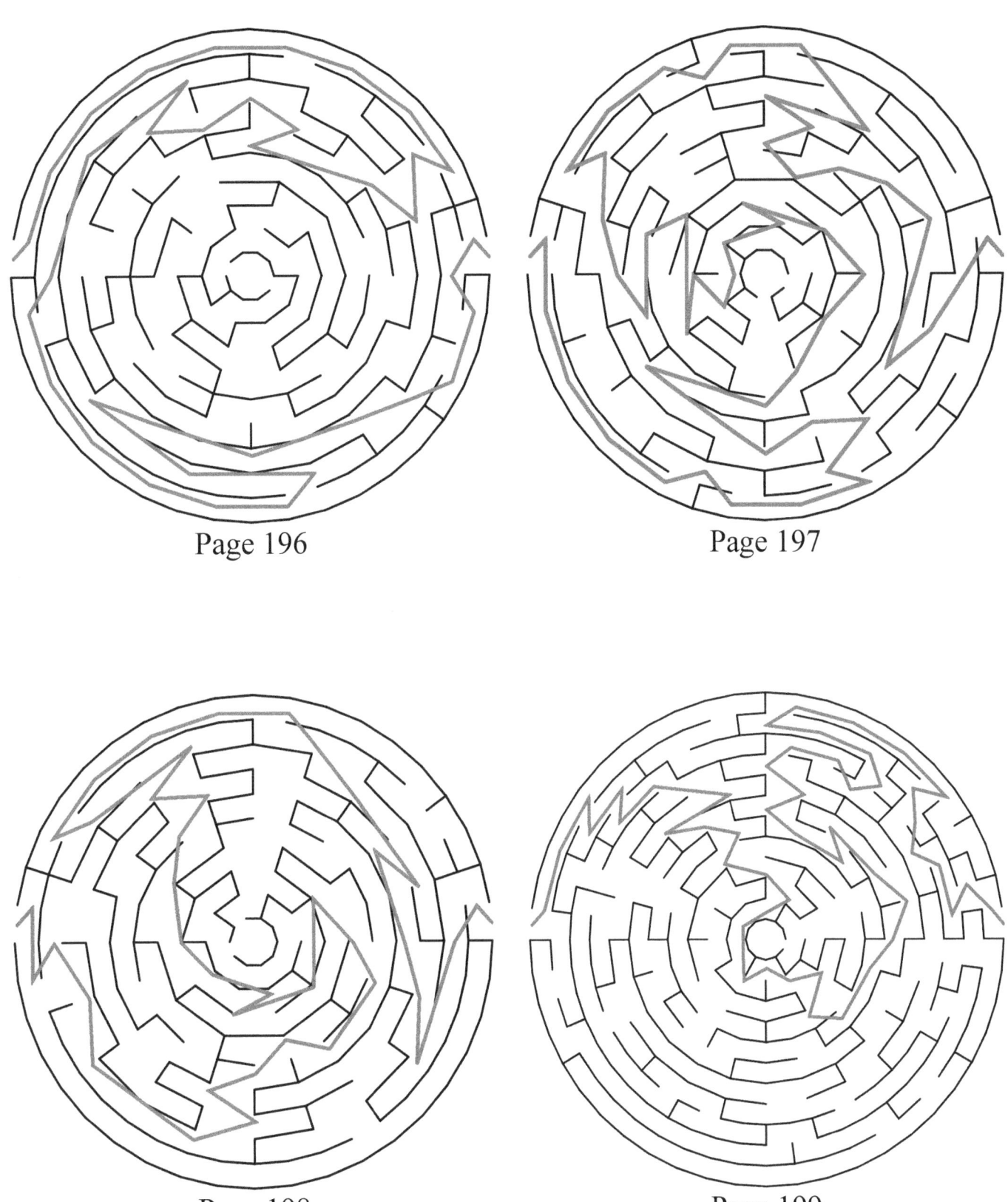

Page 196

Page 197

Page 198

Page 199

బ్రమరాల భండారం!

Page 200

Page 201

Page 202

Page 203

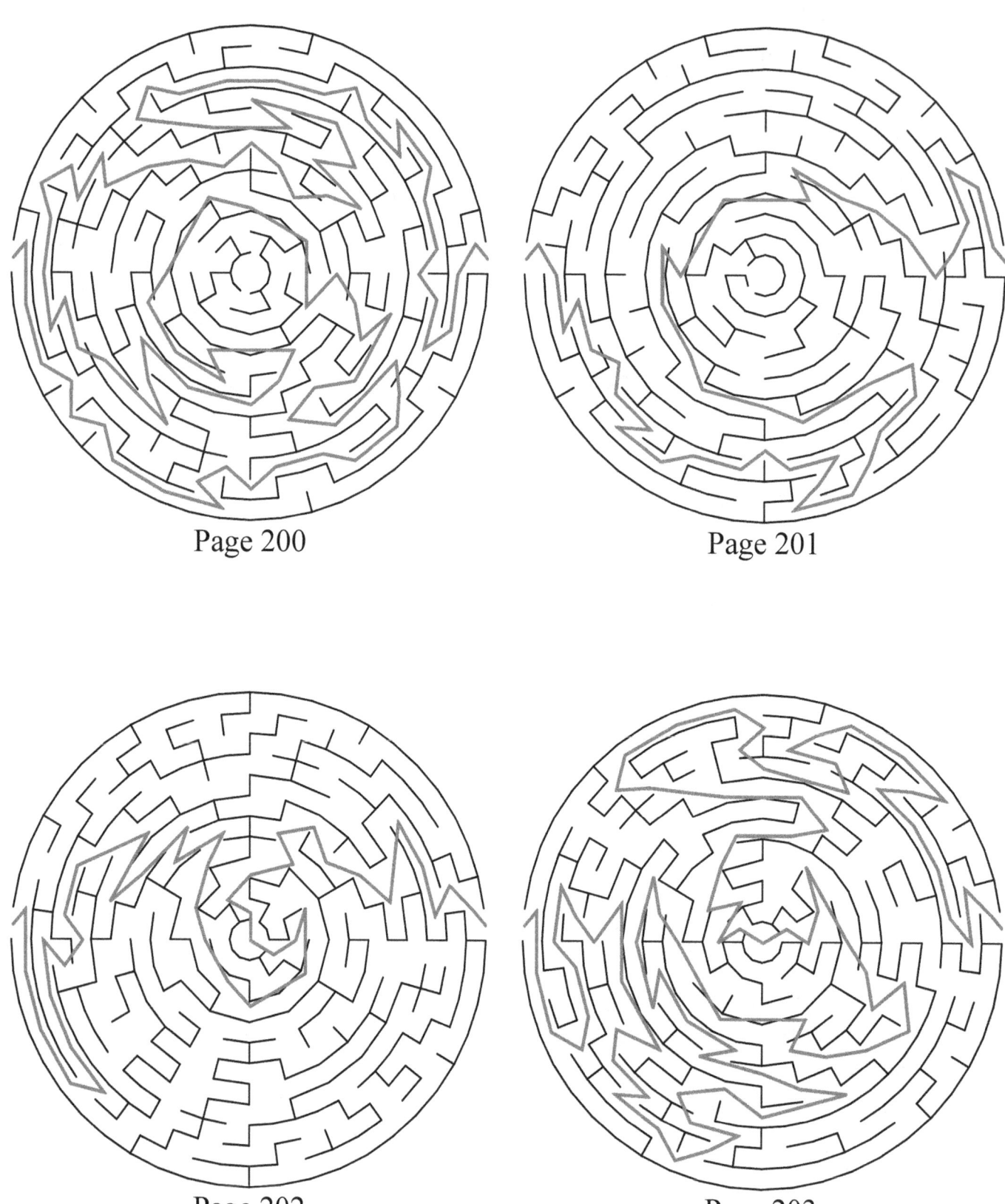

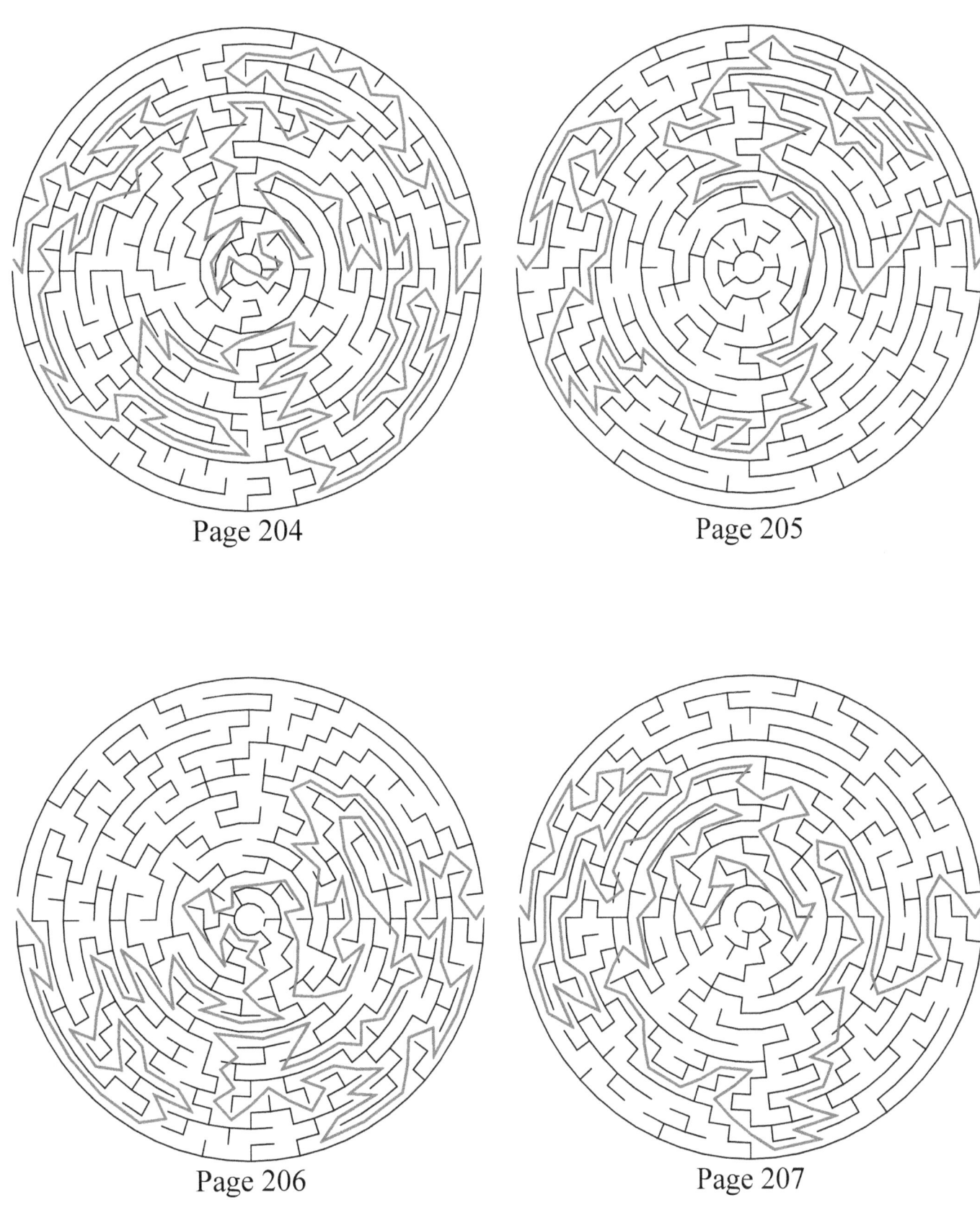

Page 204

Page 205

Page 206

Page 207

బ్రమరాల భండారం!

Page 208

Page 209

Page 210

Page 211

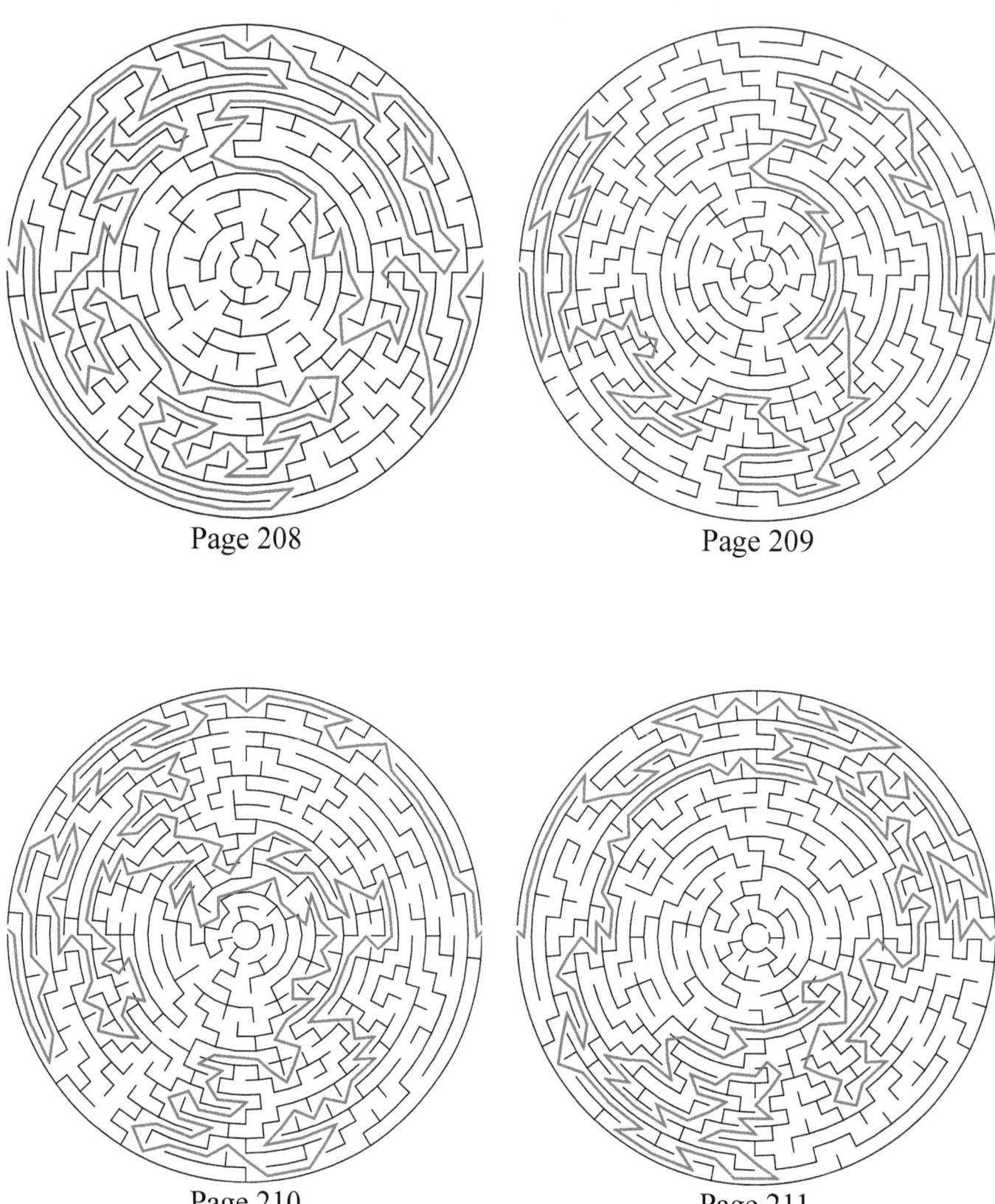

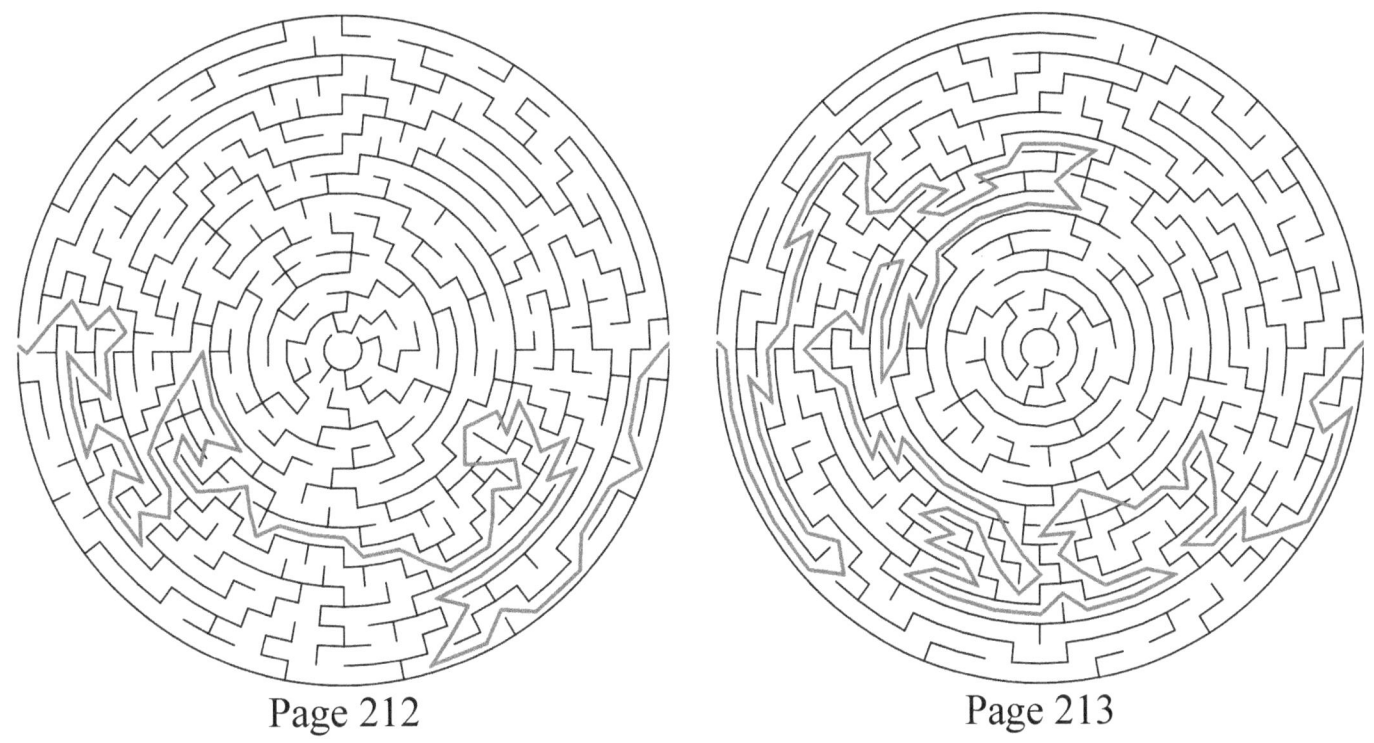

Page 212

Page 213

Page 214

Page 215

భ్రమరాల భండారం!

Page 216

Page 217

Page 218

Page 219

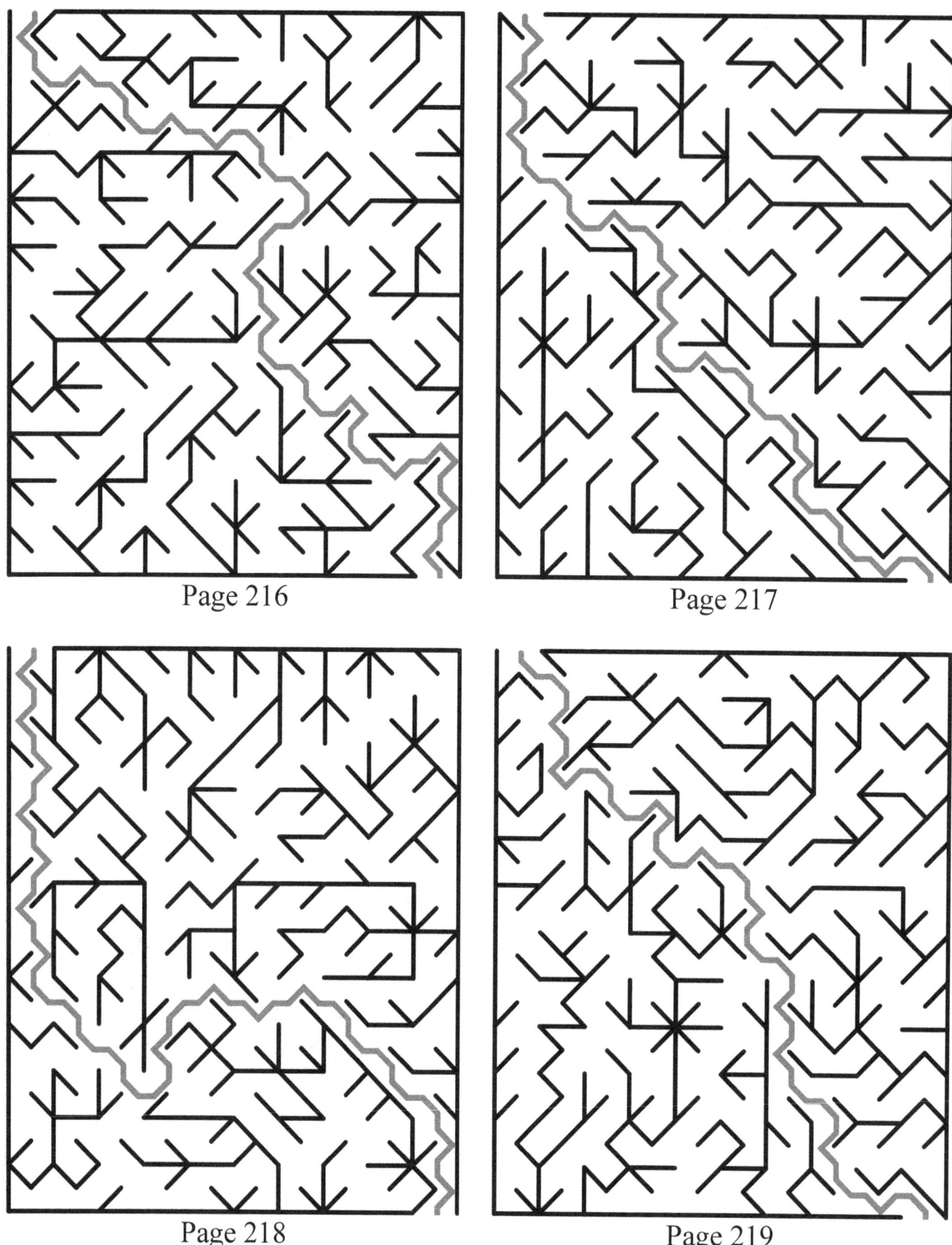

Page 220

Page 221

Page 222

Page 223

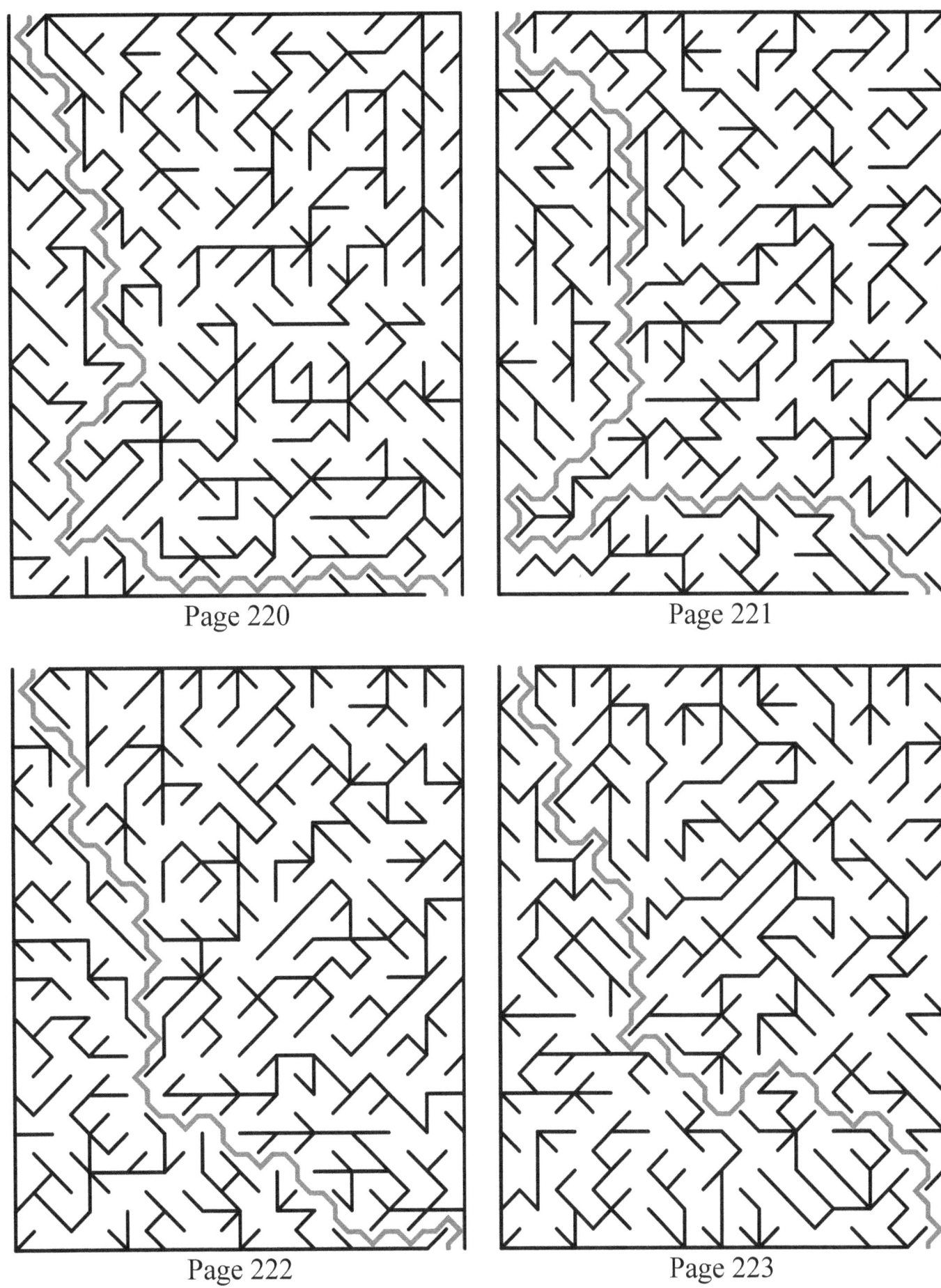

Page 224
Page 225
Page 226
Page 227

Page 228

Page 229

Page 230

Page 231

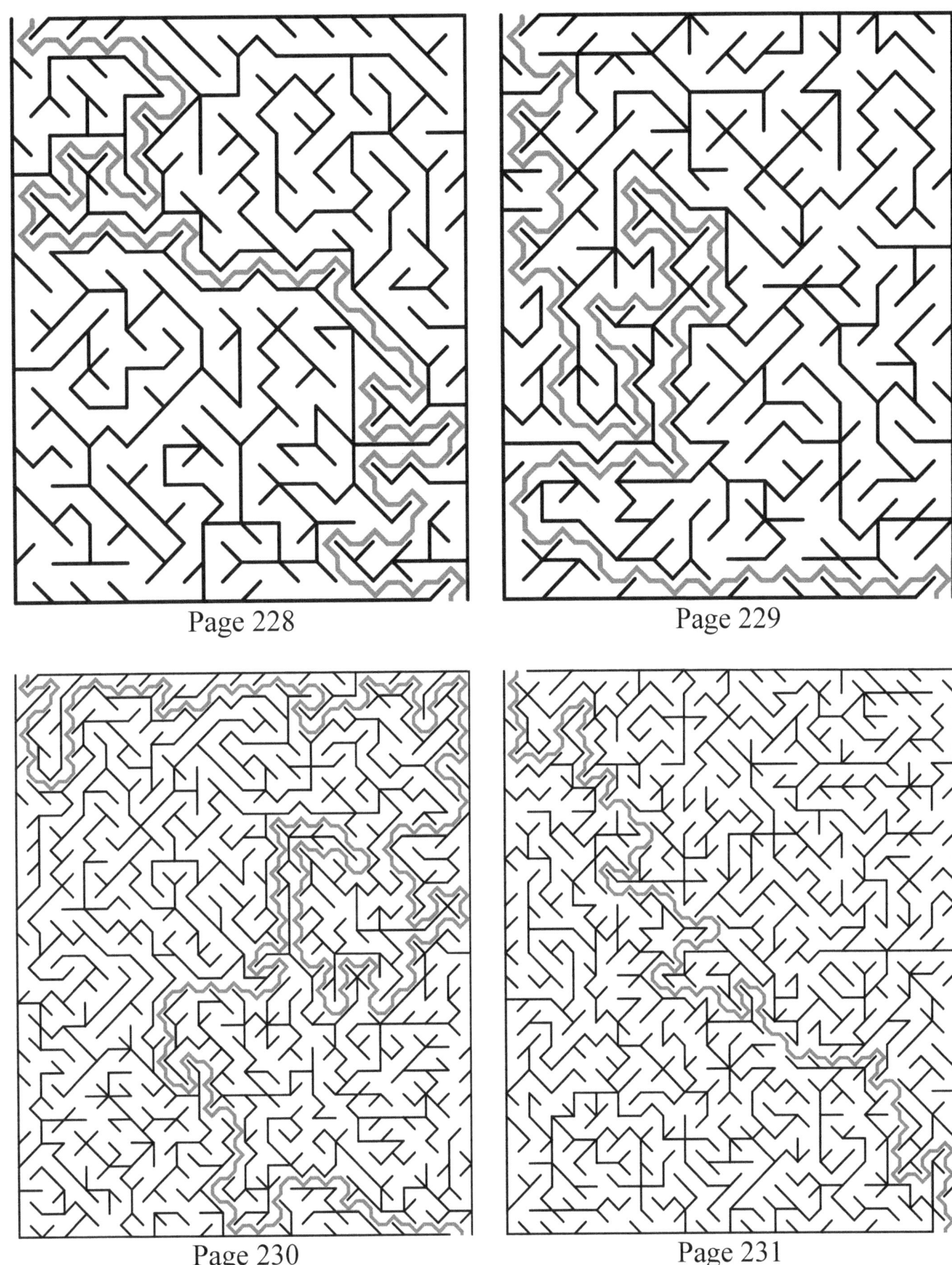

Page 232

Page 233

Page 234

Page 235

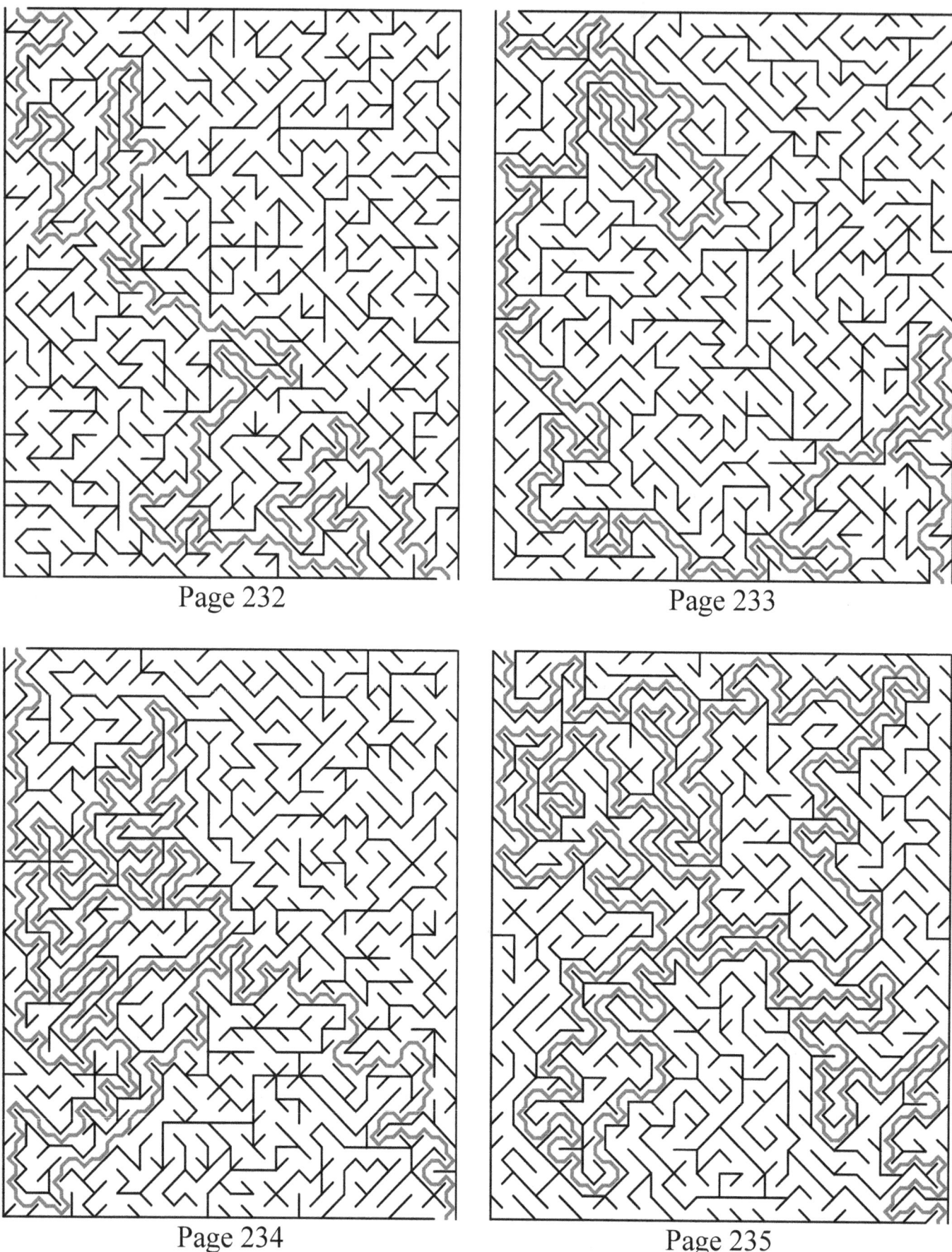

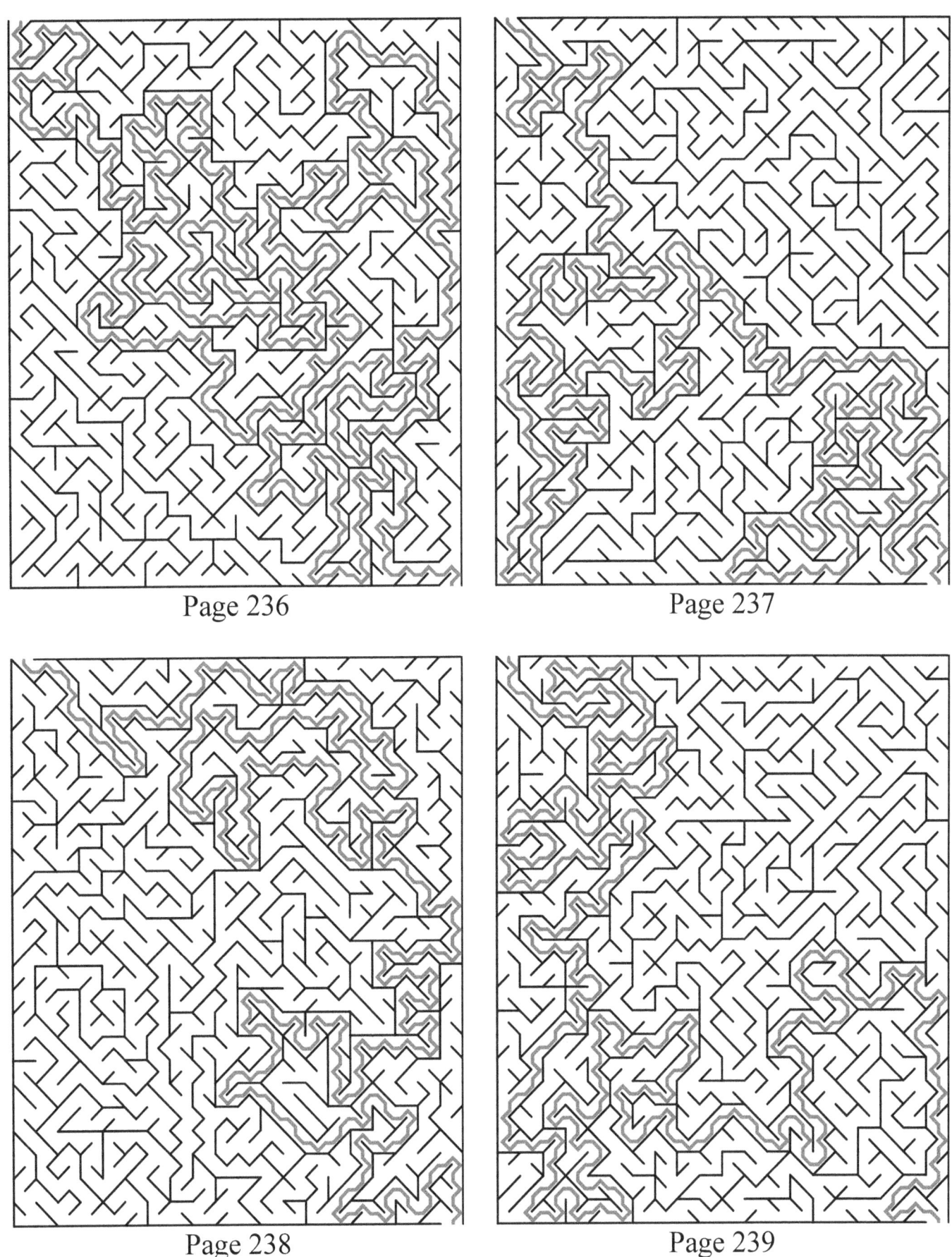

Page 236

Page 237

Page 238

Page 239

బ్రమరాల భండారం!

Page 240

Page 241

Page 242

Page 243

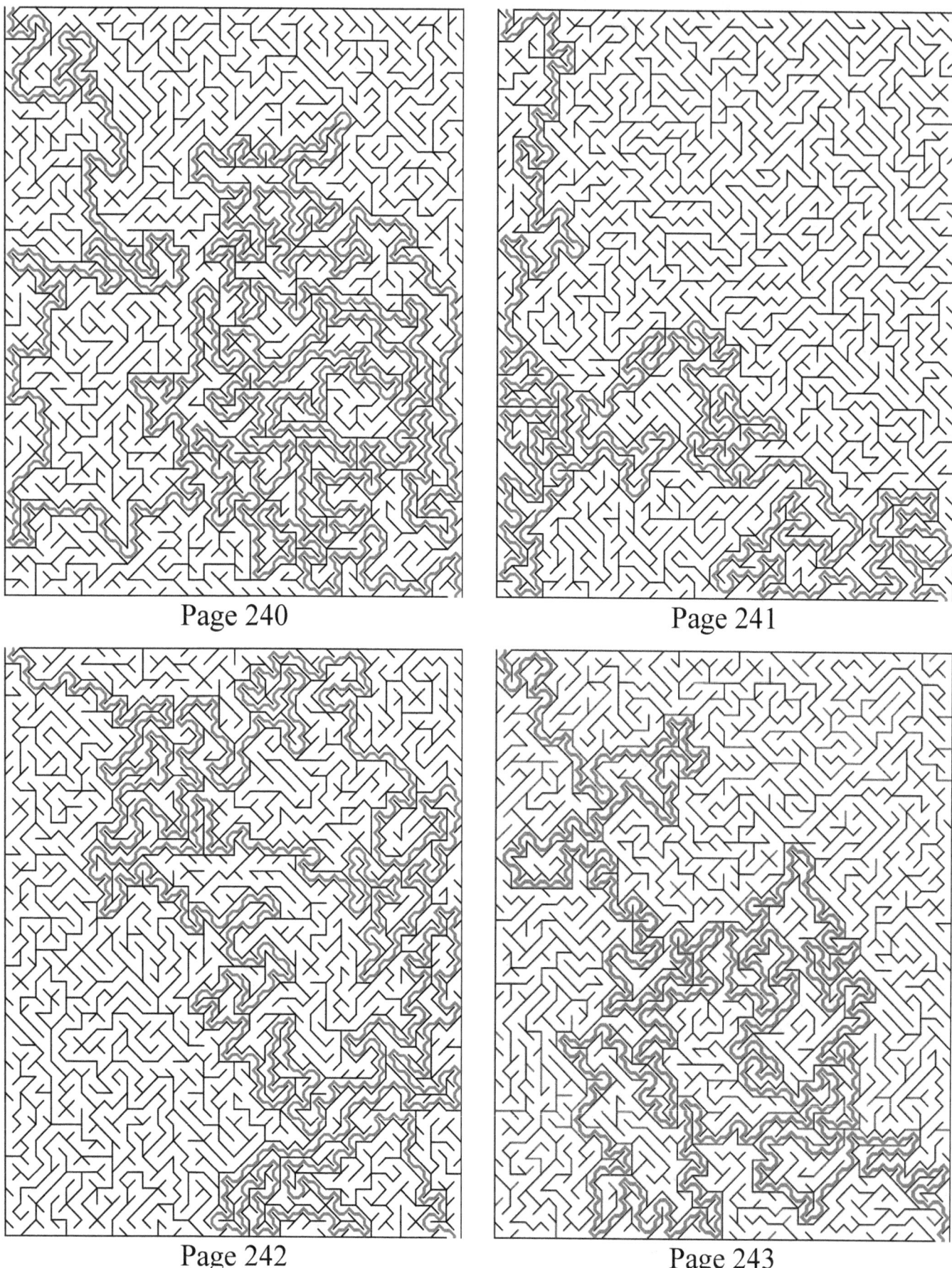

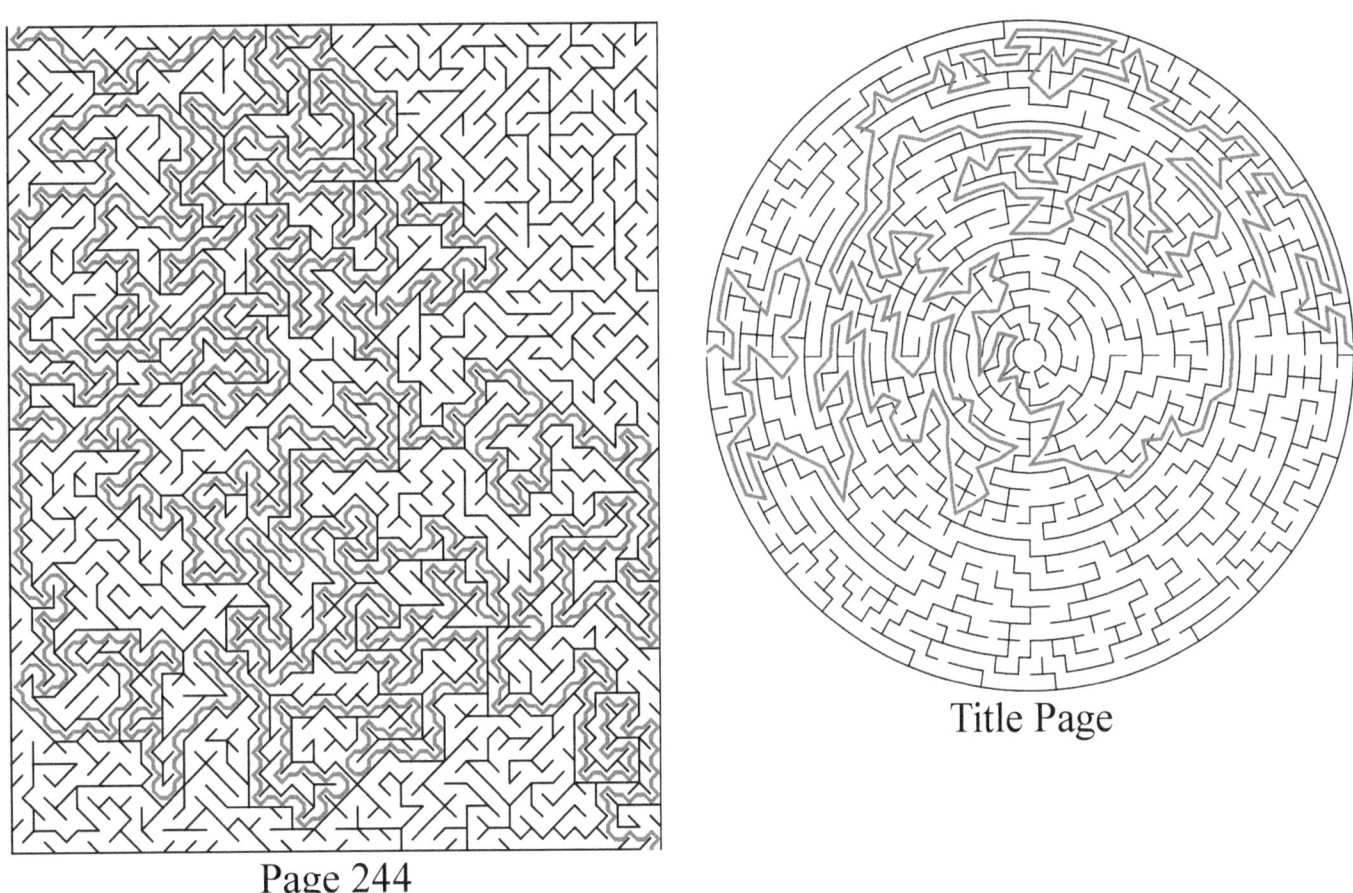

Page 244

Title Page

బ్రమరాల భండారం!

www.ingramcontent.com/pod-product-compliance
Lightning Source LLC
Chambersburg PA
CBHW081440070526
44586CB00019B/2185
9781632708557